मी जिंकलो! मी हरलो!

विजय तेंडुलकर यांची नाटके

नाटके

अशी पाखरे येती
एक हट्टी मुलगी
कमला
कन्यादान
कावळ्यांची शाळा*
कुत्रे
गिधाडे
गृहस्थ*
घरटे अमुचे छान
घाशीराम कोतवाल
चिमणीचं घरं होतं मेणाचं
चिरंजीव सौभाग्यकांक्षिणी
झाला अनंत हनुमंत
त्याची पाचवी***
दंबद्वीपचा मुकाबला
नियतीच्या बैलाला**
पाहिजे जातीचे
फूटपायरीचा सम्राट
बेबी
भल्याकाका
भाऊ मुरारराव
मधल्या भिंती
माणूस नावाचे बेट
मित्राची गोष्ट
मी जिंकलो! मी हरलो!
विठ्ठला
शांतता! कोर्ट चालू आहे
श्रीमंत
सखाराम बाइंडर
सफर**
सरी ग सरी

एकांकिका

समग्र एकांकिका : भाग १
समग्र एकांकिका : भाग २
समग्र एकांकिका : भाग ३

बालवाङ्मय

इथे बाळं मिळतात
चांभारचौकशीचे नाटक
चिमणा बांधतो बंगला
पाटलाच्या पोरीचं लगीन
बाबा हरवले आहेत
बॉबीची गोष्ट
राजाराणीला घाम हवा

अनुवादित

आधे अधुरे (मूळ लेखक : मोहन राकेश)
तुघलक (मूळ लेखक : गिरीश कार्नाड)
मी कुमार (मूळ लेखक : मधु राय)
लिंकन यांचे अखेरचे दिवस (मूळ लेखक : मार्क फॉन डॉरन)
लोभ नसावा ही विनंती (मूळ लेखक : जॉन पॅट्रिक)
वासनाचक्र (मूळ लेखक : टेनेसी विल्यम्स)

---

* गृहस्थचे पुनर्लेखन : कावळ्यांची शाळा ** ध्वनिफितीच्या रूपानेही प्रकाशित
*** मूळ इंग्रजी : His Fifth Woman (अनु. चंद्रशेखर फणसळकर)

मी जिंकलो! मी हरलो!

विजय तेंडुलकर

पॉप्युलर प्रकाशन, मुंबई

मी जिंकलो! मी हरलो!
(म-७७१)
पॉप्युलर प्रकाशन
ISBN 978-81-7185-604-6

MEE JINKLO! MEE HARLO!
(Marathi : Play)
Vijay Tendulkar

पहिली आवृत्ती : १९६३/१८८५
मौज प्रकाशन, मुंबई
दुसरी आवृत्ती : १९७२/१८९४
मौज प्रकाशन, मुंबई
तिसरी आवृत्ती : १९९२/१९१४
पुनर्मुद्रण : २००३/१९२४
चौथी आवृत्ती : २०१८/१९४०
पुनर्मुद्रण : २०१९ / १९४०

प्रकाशक
हर्ष भटकळ
पॉप्युलर प्रकाशन प्रा. लि.
३०१, महालक्ष्मी चेंबर्स
२२, भुलाभाई देसाई रोड
मुंबई ४०० ०२६

अक्षरजुळणी
संतोष गायकवाड
पिंपळे गुरव
पुणे ४११ ०६१

आयुष्यातल्या एका ओल्या आणि जबर दुःखात
साडेतीन तास मला अविस्मरणीय सोबत दिलेले
भालचंद्र पेंढारकर यांना कृतज्ञतापूर्वक.

या नाटकाचा पहिला प्रयोग विकास थिएटर, नाशिक येथे रंगायन, मुंबई या संस्थेने रविवार, ता. २० ऑक्टोबर १९६३ या दिवशी केला. या प्रयोगात पुढील कलाकारांनी भूमिका केल्या :

माधव	:	डॉ. श्रीराम लागू
दादा	:	दत्ता भट
शेखर	:	वसंतराव देशपांडे
मधू	:	राजा बापट
घेणेकरी	:	नारायण पै
पी. दत्ता	:	जयंत धर्माधिकारी
अनू	:	सौ. विजया खोटे
नलू	:	जयश्री बांगर
अक्का	:	सौ. मनोरमा केंकरे
शालिनी	:	नीना नाडकर्णी
		आणि अरुण काकडे, विजय दाते

दिग्दर्शिका	:	सौ. विजया खोटे
नेपथ्य	:	राम शितूत

अंक पहिला

[माधव टिकेकरच्या राहत्या जागेतली बसायची खोली. त्याचे सासरे प्रा. गोपाळ गुंडो जोशी यांच्या पुण्यातल्या दुमजली घराच्याच तळमजल्यावर तो राहतो. वरच्या मजल्यावर प्रा. जोशी राहतात.

खोलीला एकूण तीन खिडक्या. दोन मागल्या बाजूला; एक (प्रेक्षकांच्या) डावीकडे. खिडक्यांना कट्टे : बसता येईल असे. मागल्या एका खिडकीवाटे वर गेलेल्या जिन्याचा काही भाग दिसतो. या जिन्यावरून खाली येऊन मागल्या दुसऱ्या खिडकीमागून पुढे जाऊन माधवच्या या खोलीत येता येते. हा आत येण्याचा दरवाजा (प्रेक्षकांच्या) उजवीकडे. बसायच्या खोलीतून स्वयंपाकघरात जाण्याचा दरवाजा (प्रेक्षकांच्या) डावीकडे. डावीकडली खिडकी आणि मागची मधली खिडकी यांच्या मधोमध.

खोलीत एक फडताळ, काही खुर्च्या, एक स्टूल, एक पाठवाले बाकडे आणि (प्रेक्षकांच्या) उजवीकडे भिंतीशी एक कॉट. भिंतीवर एक कॅलेंडर, एक भरलेल्या बाळाची तसबीर, काही बारीकसारीक फोटोंच्या तसबिरी.

पडदा वर जातो तेव्हा माधव सोडून सर्व मंडळी हजर आहेत. दादा ऊर्फ गोपाळराव जोशी डोक्यावर थापट्या मारत आणि केस विस्कटत आपले आपल्यातच हरवल्यासारखे फिरताहेत. त्यांच्या पत्नी अक्का आणि कन्या (माधवची पत्नी) अनू अशा दोघी भाजी मोडत जाजमावर बसल्या आहेत. मागल्या खिडकीच्या कट्ट्यावर गोपाळरावांचे पुत्ररत्न मधू बसले आहे. जिन्यावरच्या नलूला तो हळूच म्हणतो आहे, "ए नले, बघू ना ते पुस्तक—" जिन्यावरून गोपाळरावांचे धाकटे कन्यारत्न नलू डोक्यावर पुस्तक ठेवून खाली येते आणि मधूच्या अंगावर ते पुस्तक टाकते. वातावरण जरा तंगच आहे.]

दादा : (मोठा थोरला उसासा, आणि मग) अद्याप ते आलेच नाहीत.

अक्का : हूं... आता ते दासगुप्ता का फासगुप्ता यायच्या आत तरी येतात का नाहीत, राम जाणे! तरी मी अनूला नेहमी सांगत असते, की बाई ग, या नवऱ्यांना मोकळीक देण्यात अर्थ नाही. चांगलं शिस्तीत धरलं पाहिजे.

दादा : आत्मचरित्र पुरे. ते लौकर येण्याला काही त्यामुळे मदत होणार नाही. शेवटी ते यायचे तेव्हाच येणार.

अनू : पण — मला निक्षून म्हणाले होते, नाटक संपलं की तस्सा घरी येतो. तीनतीनदा आठवण दिली होती मी त्यांना, सकाळी गेले तेव्हा.

नलू : हो. मी रंगपटात गेले होते ना नाटक संपल्यावर, तेव्हा —

अक्का : तू गेली होतीस रंगपटात?

दादा : जाऊ द्या. आता रागावून ती गेली होती हे सत्य बदलणं शक्य नाही. ती गेलीच होती. हं, मग नले, काय म्हणाले ते? येतो म्हणाले? आठवण होती त्यांना त्यांच्या नोकरीतल्या बढतीच्या प्रकरणात दासगुप्तांना आज आम्ही मुद्दाम घरी बोलावलंय त्याची? का विसरले होते? बाकी विचारून आता काय उपयोग म्हणा! ते विसरले असतील तर अखेर विसरलेच! (फेरी घालत) हे असं आहे लाइफ? [फेऱ्या घालता घालताच दाराबाहेर अंगणाकडे अदृश्य होतात.]

नलू : (उत्साह अनावर होऊन) बाकी काय झक्क काम केलं भाईंनी नाटकात!

अक्का : पुरे!

मधू : पण आई, खरंच चांगलं झालं आजचं नाटक भाईंचं. म्हणजे नेहमी मला पाहावी लागतात त्यांच्या क्लबची नाटकं, म्हणून सांगतो...

अक्का : नको सांगूस, तुझी अक्कल आहे माहीत! आणि नाटक चांगलं झालं म्हणजे काही मोठी लढाई नाही मारली. अखेर नाटकच ना? शिमग्यातल्या सोंगासारखा तो तोंडाला रंग फासायचा, स्टेजवर जाऊन अच्चावच्चा नाचायचं, पाठ केलेली ती पाणचट भाषणं म्हणायची, नि अधनंमधनं कसले तरी आचरट हावभाव करून लोकांना हसवायचं, दुसरं काय? नोकरीत नाही ती गेल्या दोन वर्षांत आपल्या गुणांनी बढती मिळाली? आमची अनू तसलीच म्हणून केलंन तिनं लग्न!

अनू : तितके काही हे नाहीत हं ते, आई. आता आज जरा उशीर झालाय ते सोड. पण एरवी काय वाईट वागतात ग ते? तक्रार करायचीच तर फार

चांगले आणि मऊ वागतात म्हणूनच करायला हवी. कशाबद्दल काही म्हणणं नसतं त्यांचं. घरी येतात, दोन वेळा जेवतात, मला त्रास न होईल असे वागतात, घरात हवं-नको पाहतात, ऑफिसला रोजच्या रोज जातात, येतात.

अक्का : हेच — हेच चुकतं. चढवून ठेवायचं नवऱ्याला आणि मग बसायचं रडत, ऐकत नाही म्हणून. माझ्या लग्नानंतर अख्ख्या चाळीस वर्षांत मी कधी चुकून तरी यांना चांगलं म्हटलं का विचार त्यांना. म्हणून तर एवढे चांगले वागले ते.

दादा : (पुन्हा ताळू चोळत दारात उगवलेले) हे बुद्धीला पटण्याजोगे नाही. आम्ही मुळात चांगले असू, म्हणून चांगले वागलो असू, हे जास्त सयुक्तिक आणि तर्कयुक्तही. अर्थात असं म्हटल्यानं तुम्ही आमचं कधी कौतुक केलं नाहीत आणि सतत आम्हाला धारेवरच धरलंत ही भयाण वस्तुस्थिती काही बदलत नाही. तेव्हा ठीक आहे. (फेरी. मग जरा खुर्चीत टेकून) अनू, जेवून घेतलंस तू की अजून उपाशी आहेस, बाळ?

अक्का : सध्या राहील उपाशी हट्टानं पण पुढं रोजचंच मरण ओढवलं म्हणजे मग कळेल आई एवढी कानीकपाळी का ओरडत होती ते. दारू न् नाटक — सारखंच व्यसन ते. एकदा चिकटलं की सुटायचं म्हणून नाही. आणि तुला सांगते अने, या पुरुषांसाठी काही म्हणता काही करण्यात अर्थ नाही. माझ्या अनुभवानं सांगते!

दादा : म्हणजे सर्व केल्यानंतरचं हे शहाणपण! यात तथ्य नाही. शहाणपण अनुभवातून निघतं तेव्हा ते उशिराच सुचायचं. झालंच तर ते व्यक्तिविशिष्टही असणार. माणसाला विचार हवा.

अक्का : तो आहे तुमच्याकडे. प्रोफेसरीतून रिटायर झाल्यापास्नं दिवसभर दुसरं करता काय तुम्ही?

दादा : तुम्ही करता त्यातून बाकी उरतं ते आम्ही करतो. शेवटी सर्वांनी एकच गोष्ट करण्यात श्रमांचा अपव्यय आहे. श्रमविभाजन हे हवंच. विशेषत: समाजवादी समाजव्यवस्थेत! [विचारमग्न होऊन बसल्या बसल्या हरवतात.]

अनू : (आपल्याच चिंतेत) का उशीर झाला यांना एवढा, कोण जाणे! नलू, काय म्हणाले ग ते तुला, शेवटी भेटलीस तेव्हा? रंगपटात? उशीर होईल असं काही म्हणाले होते का?

नलू : ऊं हूं. ते ना ताई, भयंकर आनंदात होते. आणि काही बोलतच नव्हते. एकीकडे रंग पुसत, अभिनंदनासाठी जमलेल्या सगळ्यांकडे पाहात नुसतेच डोळ्यांनी हसत होते बघ. केवढा घोळका जमला होता त्यांच्या भोवती! नाही रे मधू? [हा पुस्तक वाचत वाचत त्या बाजूला झुकलेला.] केवढी स्तुती चालली होती. शेकहँड करण्यासाठी जो तो धडपडत होता. मला वाटतं, हात भरूनच आला असेल भाईंचा. दुखला असेल. नाही रे मध्या? ए मध्या —

मधू : (नलूने पायावर मारलेल्या चापटीने पुस्तकाबाहेर येऊन) काय की बुवा! मी बाहेरच कौतुक ऐकत उभा होतो. (अक्का टेकून बसल्या आहेत त्या कॉटवर बसत) एक म्हातारे गृहस्थ मलाच सांगून गेले जाताना, की नायकाची भूमिका करणाऱ्याला आपलं अभिनंदन कळवा.

नलू : मला बाई लाजच वाटली, तसं तिथं भाईंसमोर थांबायची. मी आपली निघूनच आले.

दादा : अभिनंदन केल्यानी!

नलू : हो, एकसारखं करीतच होते.

दादा : हूं. म्हणजे काहीतरी बरं केल्यानी असणार असं म्हणण्यात प्रत्यवाय नाही.

अक्का : नाटक केल्यानी हे काय बरं केल्यानी?

मधू : खरंच ताई, तू असायला हवी होतीस आज तिथं.

अक्का : काही नको. नसत्या बाबतीत प्रोत्साहन ठरलं असतं ते. नोकरीतच खरं म्हणजे जास्त लक्ष द्यायला हवं त्यांनी. हे वशिला लावतायत. पण काम मनपसंद असेल तर उपयोग. नाही तर ते दासगुप्ता दोष आम्हाला द्यायचे. प्रथम प्रपंच, मिळकत आणि मग दुसऱ्या गोष्टी. तुला आठवत असेल अने, नाटकात मीसुद्धा काम केलं होतं, चाळीस साली. हे नगरच्या कॉलेजात होते तेव्हा. 'संशयकल्लोळा'त फाल्गुनरावाचं. नगरातल्या सगळ्या बायकांना आवडलं होतं ते काम. कलेक्टरीणबाई तर इतक्या खूश झाल्या होत्या...

दादा : काम चांगलं झालं असेल. त्यावर आम्ही मत देणं योग्य नव्हे आणि प्रस्तुतही नव्हे. शिवाय आम्हाला नाटकात काही गम्यही नाही. पण कलेक्टरीणबाई मात्र निखालस मूर्ख बाई होती एवढं निश्चित. त्या साली

कॉलेजात बक्षीस समारंभाला तिनं केलेलं आचरट भाषण अजून लक्षात आहे आमच्या...

अक्का : तुमच्या दृष्टीनं तुमची बायकोसुद्धा मूर्खच आहे.

दादा : हे विधान जरा धाडसाचं होतं आहे.

अक्का : माझं काम तेव्हा सुरेखच झालं होतं ग अने! पण ते कधी?

मधू : चाळीस साली.

अक्का : (मधूला) गप रे मध्या! (पुन्हा सूत्र पकडून) तर मी काय म्हणत होते — प्रपंच, संसार सर्व केल्यावर, तो सांभाळूनच. घरी यांचं जेवण शिजवून आणि पाय धुवायला पाणी तापवून ठेवून मग गेले होते काम करायला. विचार यांना. तेव्हा अने, ते आले की स्पष्ट सांग, की यापुढे नाटक नाही. झालं एवढं पुष्कळ झालं. आता प्रथम चांगल्या तऱ्हेनं नोकरी करायची. मुळीच ऐकू नकोस तू. हट्ट कर. सत्याग्रह कर वाटलं तर. [कॉटवरच्या मधूला पलीकडे सरकायला सांगून आपण कॉटवर ठाण मांडतात.]

अनू : त्याची जरूर नाही, आई. नाटकापायी घराकडे क्वचित दुर्लक्ष झालं असेल त्यांचं; पण नोकरीची नाही हयगय केल्यानी. नाटकासाठी रजासुद्धा घेत नाहीत. ऑफिसातून परस्पर जाऊन रंगायला बसतात. आणि सकाळी जागरणाचे उठून ऑफिसला जातात. आणि आई, माणसाला काहीतरी छंद, विरंगुळा असायला नको ग?

नलू : टाळ्यांचे केवढे कडकडाट होत होते आज भाईंच्या कामावर! स्स्... टॉप! आणि हशे तर एवढ्यांदा उसळत होते की सांगता सोय नाही. नाही रे मध्या? ए मध्या —

मधू : (एकदम कॉटवर उभा राहत) दासगुप्ता आले वाटतं. [घरात बरीच धावपळ उडू बघते, तेवढ्यात किंचित्काळाने] नाही आले. मला... मला वाटलं. नाही तरी वेळ झालीच आहे दादांनी सांगून ठेवलेली.

अक्का : गप बैस! मूर्ख कुठला! [त्यानेच नलूच्या मदतीने मधोमध आणून ठेवलेल्या बाकावर बैठक मारतात.]

मधू : अग, पण मला तरी काय ठाऊक... [तोंडातल्या तोंडात खुलासा पुटपुटत राहतो.]

दादा : प्रथम हे यायला हवेत. जावई आमचे. (फेऱ्या टाकून मुक्कामाला बाकावर येत) ते नसताना दासगुप्तांचं आगमन म्हणजे शकुंतलेवाचून

'अभिज्ञानशाकुंतलम्'. मोठ्या मुश्किलीनं जमवून आणला योग. दासगुप्ता म्हणजे काही अशी तशी असामी नव्हे. बडा माणूस तो. फार कामं त्याला! पण केवळ आम्ही म्हणालो, गळच घातली, म्हणून येतो म्हणाला. आणि बरं का हो, तुम्ही सांगितलंत आवर्जून म्हणून गळ तरी घातली. नाही तर पंचावन्न वर्षांत कधी कुणापुढे वाकलो नाही, हे जग जाणतं. जाऊ द्या झालं.

अक्का : पोर गुंतली आहे म्हणून प्रश्न.

दादा : तेच. फार फार तर पंधरा मिनिटं, अर्धा तास थांबतील ते इथं. त्यातही जर हे इथं नसले — जावई — तर प्रश्नच मिटला.

अनू : नाही, येतीलच ते. यायलाच हवेत. एवढ्यात खरं म्हणजे पोचायला हवेत. अशी कामाच्या वेळी टंगळमंगळ कधी करणार नाहीत ते, दादा. त्यांनीच तर माझ्यापेक्षा जास्त इच्छा दाखविली दासगुप्तांना घरी आणावं अशी. आहे या कामाला आणि पगाराला खरोखर कंटाळले आहेत ते. म्हणाले, बदल घडला तर फार बरं होईल.

दादा : ते आले एवढ्यात तर बरं होईल.

अनू : शिवाय जेवलेही नसतील. त्यांना ठाऊक आहे, ते आल्याशिवाय मी जेवणार नाही ते. काहीतरी घडलं असेल. थांबावं लागलं असेल मनाविरुद्ध!

अक्का : माझ्याकडून जय्यत तयारी आहे हो, अने. ते दासगुप्ता आले का पेटवलाच स्टो चहासाठी. पाहुण्यांकरता वापरतो ती पुड्यातली नव्हे, घरातली पेशल मिश्चरची भुकटी वापरणार आहे मी. हो, तेवढ्यानं आणखी काही बिनसायला नको! नाहीतर जावई म्हणायचे, कर्तव्याला चुकली तुझी आई म्हणून! कुणाकडून कधी हूं म्हणून घेतलेलं नाही मी हयातीत. तुझ्या वडलांकडूनसुद्धा.

दादा : (अजाणतेपणी) हूं.

अक्का : (दादांना) काय हो, आहेत तरी कसे हे तुमचे दासगुप्ता का फासगुप्ता? तरणे का म्हातारे? पाहिले नाहीत म्हणून विचारते.

दादा : येतील तेव्हा दिसतीलच.

मधू : (कॉटवर उपडा पडून वाचता वाचता) म्हणजे दादा म्हणतात, बुरखा वगैरे घ्यायची पद्धत नाही त्यांची.

अक्का : तुझं पुरे रे! गप्प बैस बघू. मूर्ख!

दादा : मधोबा, आम्ही काहीच म्हटलेलं नाही अद्याप या प्रकारचं. (अक्कांना) माणूस उतारवयाचाच आहे. पण रुबाबदार आहे.

अक्का : हो का?

दादा : हो. चांगला उंच, रुंद, रुंदच जास्त. असा शामल वर्णाचा. झालंच तर डोक्याला थोडंसं टक्कल. नाकात जरा उणा, तरी भव्य कपाळाचा. त्यात रुपेरी केसांची आणि सोनेरी फ्रेमच्या चष्म्याची भर. एवढं सगळं असून पुन्हा पाहावा तर नम्र. आम्हाला अगदी वाकून नमस्कार करतो. आता बंगालमध्ये हे वैशिष्ट्यच आहे असं सांगतात. सगळेच नम्र.

नलू : आणि ताई, अग, ते हे आले होते आज भाईंच्या नाटकाला. आपले कोण ते? नाटकात नेहमी कामं करतात ते ग? गाणीबिणी म्हणतात. मोठ्या नाटकांतून! 'मानापमान' अन् 'सौभद्र'—

मधू : अग, भूगंधर्व शेखर सुखात्मे.

नलू : [अनूकडून वेणी घालून घेते आहे. अनू खिडकीच्या कट्ट्यावर, नलू जमिनीवर.] हां, तेच.

अक्का : तो का! (नाक मुरडण्याचा सूर.)

दादा : म्हणजे आम्ही चुकत नसू तर, तो केव्हा केव्हा जावईबापूंबरोबर दिसतो तो कुरळ्या केसांचा, काळा, नाटकी! झालंच तर हसतमुखदेखील.

मधू : तोच हो दादा. आपल्या रंगभूमीवरचा प्रसिद्ध हिरो आहे तो. नाइटला सव्वाशे का किती घेतो.

अक्का : म्हणजे भलतेच झाले.

दादा : ठीक आहे. तरी शेवटी अखेर तेच. नाटकात कामं करतो. पुढं बोला.

नलू : तर किनई तो होता आज नाटकाला. पुढल्या कोचावर. मी भाईंना येते म्हणून इकडे निघाले ना, तेव्हा भाईंपासून आणि स्तुती करणाऱ्या घोळक्यापासून लांब कोपऱ्यात स्वस्थ उभा होता तो! स्वत:शीच हसत!

मधू : आणि त्याच्याबरोबर ती पण होती—स्वरकोकिला शालिनी सुभेदार. त्याच्याबरोबर भामिनीचं काम करते ती!

अक्का : (दादांना तावातावाने) लग्नाच्या बायकोला मारहाण करा आणि मारा आणि फिरा मग कुणा भामिनी न् कामिनीबरोबर!

दादा : कुणाला म्हणता?

अक्का : त्या शेखर सुखात्मेबद्दल म्हणतेय मी. क्लबात बोलत होत्या एकदा बाया. कलेच्या नावाखाली भोळ्याभाबड्यांना नादी लावून फशी पाडतो

म्हणे. शिवाय दारू पितो. आणखीनसुद्धा काय काय करीत असेल ते त्याचं त्याला माहीत. बोलूनचालून नाटक्या! आणि अने, तुझ्या नवऱ्याचा हा जुना मित्र!

अनू : मित्र कसाही असला म्हणून काय झालं ग आई? ते तर चांगले आहेत ना? निदान आजपर्यंत होते.

दादा : आम्ही वास्तविक यात बोलून नये, पण प्रसंग आला म्हणून ओघानं बोलतो हवं तर. माधवरावांमधला हा एकच गुण आम्हाला आवडतो.

अक्का : आवडायचाच.

दादा : ऐकून घ्याल तर बरं होईल. जीवनाकडे पाहण्याची तिऱ्हाईत किंवा अलिप्त दृष्टी. विशेषसा कधी क्षोभ नाही, मोठासा हर्ष नाही. फार खेद झाला आहे कधी असंही नाही, आणि प्रेमसुद्धा माफक. आता या अनूशी प्रेमलग्न करूनही कधी घरात प्रेमाचा देखावा केलेला नाही त्यांनी! निदान आम्हाला तरी तसं काही दिसलेलं नाही. तात्पर्य, कशाविषयीही त्यांच्या मनात अनावर अशी आसक्ती नाही. बायकोविषयी नाही, पैशाविषयी नाही, नाटकाविषयीही नाही. म्हणून व्यसनं नाहीत. त्यामुळे मानसिक दौर्बल्य नाही. आता व्यवसायात कर्तृत्व नसतं एखाद्या माणसाला! तीस साली रत्नागिरीला आमच्या हायस्कुलात एक शिक्षक होता. राघो बापू अणावकर नाव त्याचं. माणूस शिकलेला जेमतेमच. पण बुद्धिमान आणि अध्यापनात नालायक. आम्ही सांभाळून घेतला तेव्हा त्याला. कसं झालं तरी कुटुंबवत्सल होता. दोन घास मिळवीत होता.

मधू : (अनावर जांभई देतो.) दीड वाजला.

अक्का : घ्या! अजून यांचा पत्ता नाही. आता ते दासगुप्ता येतील आणि हे नसतील.

अनू : (काळजीने) हा मधू जाऊन पाहून येऊ दे का थिएटरवर? तिथं खोळंबले असले तर...

अक्का : अग, तिथं तरी अद्याप असले तर ठीक.

मधू : नाटक बारालाच संपलं बुवा. आणि आपल्याला परत त्या थेटरवर जायची इच्छा नाही. चांगली चांगली इंग्रजी पिक्चरं सोडून नाटकाला जायचा मला कंटाळा येतो. पण ताई म्हणाली म्हणून गेलो.

दादा : (फिरू लागलेले) आम्ही म्हणतो, नाटकानंतरचा काय पंचनामा की सोहळा काय असेल तो गृहीत धरला तरी एव्हाना ते यायलाच हवे होते.

म्हणजे दासगुप्ता येणार याची आठवण असती तर. दासगुप्ता येतील, आले म्हणजे विषय काढावा लागेल, ते चौकशी करतील आणि हे नेमके नसतील. ठीक आहे. (बाकावर आडव्या झालेल्या अक्कांकडे न पाहण्याचा प्रयत्न करत) मधोबा, ते आल्यास त्यांना मराठी शिस्त म्हणून काही दिसू द्या.

मधू : कुणाला? भाईंना दादा?

दादा : दासगुप्तांच्याबद्दल बोलतो आहो आम्ही. जरा नीट उठून बसा. बोलणं चालू झाल्यावर इथं थांबू नका. नले, झोप येत असेल तर वर जाऊन झोप. परंतु दुपारची झोप प्रकृतीला एकंदरीनं वाईटच. (आडव्या अक्कांकडे पाहत) स्थौल्य वाढतं. आम्ही ती टाळतो.

अक्का : (उठून बसत तणतणत) माझी तेवढी झोपच दिसायची तुम्हाला!

दादा : झालं तुमचं बोलून? पडा. तर मधोबा, एक घरंदाज, उच्चपदस्थ बंगाली माणूस प्रथमच महाराष्ट्रीय कुटुंबात येणार हे लक्षात असू द्या. जावईबापू नसले तर नसले. जपानात पाहुण्यांचा आदरसत्कार हे एक शास्त्र मानलं जातं. टोकियो शहरी —

मधू : (एकदम) दासगुप्ता आले वाटतं! [पुन्हा धावपळ होते. किंचित्काळाने] मला आपलं वाटलं.

अक्का : मी सांगते, जावईबापू येत नाहीत!

अनू : कबूल केलं आहे त्यांनी. येत नाहीत कसे?

अक्का : कबूल! भोळी ग भोळी पोरी तू. तुला सांगते, पुरुष एकदा नादावला की नादावला. त्याला मुळातच वेसण घातली पाहिजे.

दादा : आत्मचरित्र पुरे! त्यापेक्षा दासगुप्तांच्या पाहुणचाराच्या उरलेल्या तयारीला लागाल तर ते आता इष्ट ठरेल. हा दीड वाजला. आमचीही दोन प्रहरच्या चहाची वेळ झालेली आहे. ते येण्याआधी एखादा कप मिळाल्यास चालेल.

अक्का : समजलं. मी स्वस्थ बसलेली कशी पाहावेल तुम्हाला! चल अने, बायकांचा जल्मच मेला असला! स्टोव्ह पेटव चल. कपबश्या काढून ठेव. चिवडा काढ प्लेटीत. चल.

[दोघी गेलेल्या. दादांच्या फेऱ्या चालू. 'अजून ते आले नाहीत —' ही पुटपुट तोंडाने एकीकडे चालू.]

मधू : (नलूकडे येऊन नलूच्या कानात) ए नले, आई आपली एकेकदा ना मला भलंथोरलं फुलपाखरू वाटते.

नलू : अ-य्या!

दादा : (वळत) काय झालं? आवाज झाला? टॅक्सीचा वगैरे...

नलू : नाही दादा (मधूच्या कानात) आणि दादा रे? ते कोण वाटतात?

मधू : (कानात) दादा — त्या भल्याथोरल्या फुलपाखराच्या तावडीत सापडलेलं —

नलू : श्शू! दादा ऐकतील ना! हळू!

मधू : (हळू) बटमोगऱ्याचं फूल! पाकळ्या गळलेलं, विस्कटलेलं, वेडंवाकडं झालेलं, पण त्यातल्या त्यात रुबाबदार राहू बघणारं...

नलू : अ-य्या!! [हसू दाबते. बाहेर रिक्षाचा आवाज.]

मधू : (एकदम) दादा. दासगुप्ता आले!

नलू : दासगुप्ता आले!

दादा : (एकदम भेदरत) आले? कुठं? कुठं आले? कसे आले? कोण आले? कशावरून आले?

अक्का : (अनूपुढे गडबडीने हातातल्या केरसुणीसकट येत) रिक्षा वाजली ना? अहो, मग इथंच काय उभे तुम्ही?

[नाटकी गाण्याचा एक आलाप लांबून येतो. आणि मधेच तुटतो.]

शेखर : (दारावाटे आलेला. आलाप रीतसर संपवून) नमस्ते. मी शेखर सुखात्मे. महादू आहे का? (स्तब्धता) महादू — आपला माधव. माधव टिकेकर. इथंच राहतो ना तो? का मी घर चुकलो?

नलू : हो, इथंच राहतात.

शेखर : वा! चुकलो कसा, बरोबर आलो. अहो वहिनी, ओळखलं नाहीत वाटतं मला? ओळख झाली होती आपली. तुमच्या लग्नात बैठक नव्हती का झाली माझी!

अनू : ओळखलं.

नलू : अहो दादा, हे ताईच्या लग्नात नव्हते का आले?

अक्का : (अगदी खालच्या सुरात) नले, मागं हो बरं आधी!

अनू : आत या ना! ओळखलं मी. माझा जरा गोंधळ झाला!

शेखर : [दबकत येऊन खुर्चीत बसतो.] कुठं बाहेर गेला की काय पुन्हा महादू?

दादा : आं? हो — नाही — बाहेर नाही.

अक्का : (खालचा सूर) अहो, असं काय करता?

दादा : म्हणजे होच. बाहेरून आलेले दिसत नाहीत अद्याप — नाटकाहून.

शेखर : नाटकाहून?

अक्का : (ठासून) नाटकाहूनच.

शेखर : मला वाटलं होतं एव्हाना जेवून लोळत असेल म्हणून. तिथं थिएटरवर फार बोलणं शक्य नव्हतं; आणि त्याला हवं होतं तपशीलवार आणि खरं मत. म्हणून इथं आलो. (घुटमळून) बरं, असं करतो, मी निघतो. पुन्हा येईन.

मधू : नको नको, बसा की. यायला झालेत भाई. डोळे कशाला मोठे करतेस आई? खरं ते सांगितलं.

दादा : तर्कशास्त्रानं पाहायचं तर यायला हवेत ते! अर्थात दासगुप्ता येणार याची... [हरवतात.]

शेखर : कोण दासगुप्ता?

अक्का : दासगुप्ता ना? फार बडे अधिकारी आहेत. बंगाली. महिन्याला हजारभर रुपये पगार मिळतो त्यांना! हो की नाही रे मधू?

मधू : (आज्ञाधारकपणे) मला वाटतं, दोन हजारसुद्धा असेल.

शेखर : अरे बाप रे! मग तर मला पळालंच पाहिजे.

अनू : आल्याबरोबर तसंच लागलीच निघायला नको काही. बसा जरा. मी चहा ठेवते.

शेखर : नको, चहा नको वहिनी.

अक्का : अग, आता तर जेवलेले असतील ते.

शेखर : हो हो, हा जेवूनच तर आलो. पोट पार भरलंय.

[रिक्षाचा हॉर्न.]

दादा : (दचकून) दासगुप्ता आले वाटतं!

[पुन्हा धावपळ सर्वांची दाराखिडकीच्या दिशेने.]

शेखर : (हे पाहून अचंबित होतो.) काय झालं? अहो मीच थांबवून ठेवल्येय रिक्षा. निघालोच मी. म्हणजे रिक्षात —

अनू : चहा घेतल्याशिवाय नाही जायचं.

शेखर : आता तुम्ही हुकूमच करता वहिनी तर — बरं ठीक आहे. मात्र लौकर करा चहा बुवा! पण हा महाद्या अजून परतला नाही नाटकाहून म्हणता, म्हणजे आश्चर्यच आहे. मी होतो त्याच्या नाटकाला.

नलू : (उत्साहाने) मी पाहिलं तुम्हाला.

अक्का : (तिला खालच्या पट्टीत) पुरे तुझं! (शेखरला लटके हसत) हो, म्हणत होती. नलू, जरा वर जाऊन बैस बरं तू. घरात बोका शिरेल.

नलू : (चरफडत जात) बरं होईल. [जाते.]

अक्का : (वाट चुकल्यागत फिरणाऱ्या दादांना) अहो, फेऱ्या कशाला मारता? बसा तिथं.

दादा : (शेखर आता बसला आहे त्या बाकाकडे येऊन शेखरला) आम्ही जरा बसतो.

शेखर : (बाजूला होत) हो, हो. बसा ना. बसा.

[दादा त्याच्या पलीकडे बाकावर बसतात.]

तुम्ही कुणीच दिसला नाहीत मला.

दादा : नाही दिसलो. नव्हतोच जर आम्ही—

अक्का : सवड नव्हती आम्हाला. शिवाय ते यायचे होते ना? दासगुप्ता.

शेखर : वहिनी तुम्हीही?

अनू : जमलं नाही मला.

शेखर : छे, आज यायलाच हवं होतं तुम्ही. बेहद्द खूश केलं लोकांना तुमच्या नवऱ्यानं.

दादा : असं?

अक्का : (खालची पट्टी) मग त्यात काय झालं एवढं? 'असं' करता ते?

दादा : तसं म्हटलं तर काहीच नाही.

शेखर : नाटक संपल्यावर त्याला हे सांगू लागलो तर म्हणाला, तोंडदेखलं कौतुक पुरे. तुझ्याकडून ही अपेक्षा नाही शेख्या... मला शेख म्हणत असे तो शाळेत असताना.

दादा : शेख? म्हणजे तुम्ही...

शेखर : मुसलमान.

अक्का : (हबकत) अग्गोबाई!

दादा : (सावरून) चालायचंच! त्यात काय म्हणा, चालायचंच.

मधू : कमाल आहे.

शेखर : का? काय झालं?

मधू : नव्हे... किती शुद्ध मराठी बोलता तुम्ही.

शेखर : ते गडकरी-किर्लोस्करांसारख्या भाषाप्रभूंचे माझ्यावरचे उपकार. त्यांचं

बोट धरून वाढलो मी. वयाच्या पंधराव्या वर्षी सारं 'राजसंन्यास' तोंडपाठ होतं मला.

दादा : (कौतुकाने) खरं की काय?

अक्का : (त्यांना) मग त्यात काय एवढं झालं म्हणते मी?

दादा : तेही खरंच. (स्तब्धता.)

शेखर : ती छोकरी कुठं गेली? मघा इथं होती ती? ती होती की ऑडिअन्समध्ये. पोट धरधरून हसत होती. काही वेळा तर एकटीच हसत होती. काही म्हणा, पण तुम्ही एक मोठी नामी संधी गमावलीत, वहिनी.

अक्का : आमच्या मुलीला किनई, नाही नाटकाबिटकाची आवड. आमच्यासारखीच आहे ती.

शेखर : असं? (घोटाळ्यात) अगदीच चुकला म्हणायचा आमचा अंदाज. (उसासून) माफ करा बरं का वहिनी. मग मी निघावं हेच बरं.

अनू : चहा टाकते आहे मी. निदान आज तरी घेतलाच पाहिजे तुम्हाला माझ्याकडनं चहा.

अक्का : (खालचा सूर) अग, पण ते... दासगुप्ता...

अनू : शिवाय हेही येतीलच एवढ्यात. आम्ही वाटच पाहतो आहोत त्यांची. बसा.

[शेखर सक्तीनेच बसतो पुन्हा.]

दादा : (उठत) आम्ही वर जाऊन पडावं हेच बरं!

अक्का : छान! आणि ते आले तर... दासगुप्ता...

दादा : तुम्ही आहात! आणि आम्हीही आहोतच, लागलो तर. मधुकर, जरा बाहेर जागृत नजर ठेवशीलच तू सडकेवर. आल्यावर सूचना दे. (अक्कांना) चला तर. (शेखरला) बरं, आम्ही वर जातो. आम्हाला यात गम्य नाही. तुमच्या नाटकाबिटकात. आमचं आपलं वेगळंच वळण आहे. चालू द्या तुमचं बोलणं. बसा. [जातात. परत येऊन] अहो, तुम्हीही येता ना? चला!

अक्का : (फणकारत) तुमचं तरी भारीच! चल रे मध्या! [मधूसकट जातात.]

शेखर : (ते गेल्यावर) हे सगळे असे होतकरू नाटककाराच्या पात्रांसारखे चुटकीसरशी का गेले?

अनू : वरच असतात राहायला ती सर्व. तळची ही जागा आम्ही वापरतो भाड्यानं. थांबा, चहा आणते.

शेखर : थांबा, वहिनी. स्पष्ट बोलतो याबद्दल रागावलात तरी चालेल. पण तुम्हाला पुरेसा आनंद झालेला दिसत नाही महादूच्या पराक्रमाचा.

अनू : (लटकेपणा जाणवतो.) झाला आहे ना. पुरेसा म्हणजे किती? मी — जरा विचारात होते, अशीच थोडीशी! त्यामुळं —

शेखर : तो आला नाही म्हणून कसल्या काळजीत तर नाही तुम्ही?

अनू : अं? नाही. (मग) हो, थोडीशी...

शेखर : बाकीच्यांनासुद्धा आवडलं असल्याचं दिसत नाही महादूचं नाटकात काम करणं. विशेषत: तुमच्या मातु:श्रींना!

अनू : आवड नाही तिला असल्या गोष्टींची. आमच्या घरचं वळण वेगळं आहे. शिवाय तो काही आमच्यासारख्यांचा पोटाचा व्यवसाय नव्हे की आयुष्याची तरतूद नव्हे ती. आपल्या घरप्रपंचाला महत्त्व आहेच ना.

शेखर : हो, ते खरंच.

अनू : तुम्हीच सांगा, घरी बऱ्याच खटपटीनं एका बड्या अधिकाऱ्यांना बोलावलेलं! यांच्या नोकरीत यांना वरची जागा मिळावी म्हणून प्रयत्न करण्यासाठी! यांना हे माहीत आणि हे अजून घरी फिरकले नाहीत. निरोपसुद्धा नाही.

शेखर : मला वाटतं, उगीच असं करणार नाही तो.

अनू : मलाही वाटतं. पण मग कुठं गेले आहेत?

शेखर : ते मी तरी काय सांगणार? पण महादू तसा बेजबाबदार नाही. वहिनी चुकलो, माधव. त्याला मी महादू म्हटलेलं तुम्हाला आवडणार नाही, विसरलोच मी. लहानपणची सवय, ती जात नाही.

अनू : तसा मला आनंद झाला आहेच, त्यांचं नाटकातलं काम चांगलं झाल्याचा. का होणार नाही? तुम्हांला ठाऊक आहे? यांचं कॉलेजच्या नाटकातलं काम पाहून मी यांच्यावर प्रेम करू लागले. घरी नाटकाबिटकाला सक्त विरोध म्हणून ते लपवून तिसरंच सांगितलं. थापा मारल्या यांच्याबद्दल आणि लग्न जमवायला लावलं. किती त्रास पडला मला आईची संमती मिळवताना...

शेखर : वा, म्हणजे महाद्याला त्याच्या कलेची पावतीच तुमच्या रूपानं मिळाली! पण वहिनी, आज तुम्ही नाटकाला नसणं खटकलं सर्वांनाच. खरंच...

अनू : अहो, पण मधू आणि नली गेलीच होती ना? मीच पाठवलं त्यांना

आग्रह करकरून. इथं ते दासगुप्ता यायचे होते. त्यामुळं तयारीसाठी मी घरी राहिले. खरंच!

शेखर : वीरानं जय संपादून घरी परतावं आणि 'अपरिहार्य' कारणानं त्याच्या भामिनीनं पंचारती घेऊन शेजारणीला पुढं पाठवावं, तसं झालं हे. तुम्ही आणि आणखी कुणी यांत आजच्यापुरता तरी फार फरक होता, वहिनी!

अनू : पण मला यायचं नव्हतं असं नव्हे. तुमचा काहीतरी गैरसमज होतोय. खरंच. अनेकदा बघितली आहेत मी त्यांची कामं. अजून सवड मिळाली तर बघेन.

शेखर : पण आजचा महत्त्वाचा प्रसंग चुकलाच ना!

अनू : आज वेळ नव्हता मला. शिवाय तुम्ही पाहिलंत, आईला ब-या वाटत नाहीत या गोष्टी.

शेखर : माधवच्या बाबतीत अद्याप तुमच्या आईचा सल्ला घेता तुम्ही?

अनू : (घाईने) सल्ला कशाला घ्यायला हवा? पण तिचं पटतं तेव्हा मानते.

शेखर : आज नाटकाला न येणं तुम्हाला पटलं होतं तर मग!

अनू : शब्दांत पकडू पाहता होय तुम्ही? पण तसं म्हटलं तर काय चुकीचं आहे आईचं? नाटक केव्हाच संपून गेलं. हे दोन वाजायला आले आता. तरी घरी तोंड न दाखवणं काय शोभतं यांना?

शेखर : कदाचित नाटकानंतरची आवराआवर करायला थांबला असेल तो.

अनू : घर विसरून! स्वत:च्याच हितासाठी लौकर घरी यायचं आगाऊ कबूल करून! ते आल्याशिवाय मी जेवणार नाही आणि ते वेळेवर न आले तर फार घोटाळा होणार आहे, हे विसरून!

शेखर : वहिनी, तुम्ही रागावलात, वहिनी. (उठत) जातो मी.

अनू : (सावरत) नाही, रागावले नाही मी. (त्याला अडवून) चहा आणते थांबा. किती वेंधळी तरी मी. केव्हाचं बसवून ठेवलंय तुम्हाला.

शेखर : आणि मीही बसलोय. चला, जाऊ दे मला. वेळेची शुद्ध नाही राहिली.

अनू : समजलं. माझ्या आताच्या बोलण्यानं निघालात तुम्ही. प्रथमच आलात आणि —

शेखर : तसं नव्हे वहिनी, खरंच नव्हे. [ती गप्प.] नाही पटणार तुम्हाला. ठीक आहे. होऊ द्या आणखी थोडा उशीर. आणा चहा. [ती आत जायला

निघते.] आणि काही खायला असलं तर ते पण घेऊन या. [ती आत जाते.]

अनू : (आतून) म्हणजे अजून जेवला नाहीत तुम्ही?

शेखर : कधी जेवणार? घरी पोचेन तेव्हा ना? आज रात्री पुन्हा खेळ आहेच.

अनू : (आतून) घरी वाट पाहणारं नसेल कुणी...

शेखर : (कॉटवर येऊन बसतो एकटाच.) आहे तर. म्हातारी आहे माझी. फार वाट पाहात असते ती माझी.

अनू : (आतून) मग वेळेवर घरी जावं...

शेखर : आमच्या व्यवसायात ते जमायला हवं ना? अनियमितपणा हाच आमचा नियमितपणा. चार चार दिवस घरी नसतो मी. लांबच्या दौऱ्यावर असलो तर पंधरवडाही तसा जातो. सणवार गाडीत नाही तर थिएटरच्या माडीत जातात. तोंडात अन्न पडायचं ते बहुधा हॉटेलचंच. क्वचित एकादशीही घडते.

अनू : (आतून) आईचं कसं चालतं?

शेखर : मी घरी पोचेन तेव्हा माझ्या बुद्धीचा. परत घरातून निघालो की कुणाचा नाही. ती घरात डोळ्यांत प्राण आणून वाट पाहात बसते. मी देशोधडी रंग फासून हिंडत राहतो. हे असंच चालतं.

अनू : (आतून) पत्रबित्र तरी लिहिता की नाही?

शेखर : बोटभर पत्रदेखील पाठवणं जमत नाही. लिहायला बसलं की गाणंच सुचतं. नव्या सुरावटी, नवी पदं—

अनू : [चहा घेऊन येते. प्रथम स्टूल आणि मग चहा त्याच्या समोर ठेवून बसत] प्रेमाच्या माणसाला दिवसचे दिवस भेटतासुद्धा येत नाही, असला व्यवसाय करावा तरी कशाला?

शेखर : मग काय करावं दुसरं? मी तुमच्या नवऱ्यासारखा पदवीधर नाही, वहिनी. मला दुसरं काही येणं शक्य नाही आणि आहे यातच मला खरं म्हणजे आनंदही वाटतो. फार आनंद वाटतो. त्या आनंदाची सर दुसऱ्या कशाला येणं शक्य नाही. ऑर्गनच्या सुरात गळ्यातला षड्ज भरून समोरच्या रसिकाला नागासारखं डुलवण्यात काय धुंदी आहे, ती तुम्हाला कशी समजणार? एकेकदा वाटतं, मरावं आणि पुन्हा संगीत नटच व्हावं. धैर्यधर व्हावं, कृष्ण व्हावं, आश्विनशेठ व्हावं, कोदंड व्हावं — (एकदम

जाग येऊन उठत) छे, तिकडे रिक्षा — [दाराकडे पाहत एकदम स्तब्ध.] अर्रर — महाद्या!

माधव : (आलेला. स्वरात शीण पण तरीही एक उत्साह.) हॅलो, इथं काही गुप्त कारस्थान चालल्याचा भास मला फाटकाशी आलो तेव्हा झाला.

शेखर : तो का?

माधव : अरे, आमची मेहुणी — ती बघ — गेली ना पळत — [मागल्या खिडकीवाटे जिन्यावरून नलू पळत वर जाताना दिसते.] दाराला कान आणि डोळे लावून उभी असलेली दिसली. मेहुणा रस्त्यावर गस्त घालीत होता. सासूबाई वर गॅलरीत पहारा करीत होत्या. तेव्हा ओळखलं, की तू आलास! किती वेळ झाला तुला येऊन?

शेखर : माझ्या वेळेची बात सोड. इथं सगळी तुझी केव्हापासून वाट पाहताहेत, बेट्या. या वहिनी तर तुझ्याकरता जेवायच्या खोळंबल्यायत. तशी त्यांच्याकडे तुझ्या कामाची पुष्कळ स्तुती केलीय मी. वास्तविक त्यानंच त्यांचं पोट भरलं असेल.

माधव : (त्याला बाकावर आणून बसवत) उरलेली निंदा ऐकायला उत्सुक आहे मी.

शेखर : (आठवण होऊन) हो, आणि ते कोण दासगुप्ता की कोण —

माधव : कोण? (आठवण्याचा प्रयत्न) हां हां — ते! (नाखूश) येऊन गेले ना ते?

शेखर : छट्, त्यांचीदेखील वाट पाहात होते सगळे.

माधव : (जास्तच नाराज) म्हणजे ते यायचे आहेत.

शेखर : हो. का?

माधव : काही नाही. [कोट काढतो.]

अनू : (कोट त्याच्याकडून घेत) कानांमागं रंग अजून तसाच आहे.

माधव : अं? (शेखरशेजारी बाकावर येऊन बसत) या रंगाचं तसंच आहे. एकदा तोंडाला फासला की निघत म्हणून नाही. (स्वत: शेखरशेजारी बैठक मारत) बरं का शेख्या, तू आज समोर होतास यानं फार खुशीत होतो बघ मी. आणि भारावलोही होतो. जबाबदारीच्या ओझ्यानं. कसं झालं तरी तुम्ही सराईत, धंदेवाईक लोक कावळ्याच्या नजरेनं आमची नाटकं पाहणार. हे हौशी, सुशिक्षित लोक कलेला निरुपयोगी, हा तुमचा ठरीव निष्कर्ष.

अनू : (मागे येऊन) जेवायला वाढू ना?

माधव : (लक्ष न देता) हो. (शेखरला) चूक आहे का सांग माझं म्हणणं!

अनू : लागलीच वाढू का?

माधव : अं? हो — नको. (शेखरला) अशा स्थितीत, तू समोर बसला आहेस म्हटल्यावर जबाबदारीनं भारावायला नाही होणार?

शेखर : नाटक प्रेक्षकांकरता करता तुम्ही, की माझ्यासारख्या एखाद्या फुकट्या माणसाकरता करता? अरे नाटक हे नाटकासारखं झालं पाहिजे. समोर प्रत्यक्ष परमेश्वर का असेना, नाटक झालं पाहिजे टिच्चून, मन लावून, रंगून.

माधव : रोज रात्री नाटक करणारांना ते ठीक आहे.

शेखर : अरे उलट कधीमधी हौसेखातर ते करणारांनाच हे जास्त जमायला हवं. नाटकावर काही तुमची पोटं अवलंबून नाहीत. रोज पोटासाठी तेच तेच केल्यानं आम्हाला येणारी उबग तुम्हाला येण्याचं कारण नाही. हौसेनं होईल ते काम पैशानं होणार नाही, महादू!

अनू : (खिडकीच्या कट्ट्यावर जाऊन बसली आहे, तिथून पुन्हा एकदा येऊन) माझं ऐकता का? जेवायला वाढू का?

माधव : (जरा गुरगुरून) वाढ म्हटलं ना! पुन्हा पुन्हा काय विचारतेस? दोन पानं वाढ. नाहीतर मलाही चहाच आण. तो वाद राहू दे, शेख. माझ्या कामाबद्दल बोल.

शेखर : पण आधी तू इतका वेळ कुठं होतास ते सांग.

माधव : असाच भटकत होतो.

शेखर : उन्हातून?

माधव : कुठं होतं उन्ह?

शेखर : बाहेर काय दिसतंय?

माधव : उन्हच. पण खरं म्हणजे मला ते जाणवलंच नाही.

शेखर : म्हणजे टॅक्सीतून हिंडलास की घोडागाडीतून?

माधव : आपली दोन पायांची गाडी. तिच्यातून भटक भटक भटकलो. वाटेल तिकडे, वाटेल तसा गेलो. वाट बंद दिसली तेवढ्यापुरताच मागं फिरलो.

[अनू चहा घेऊन येते. चहा त्याच्या समोरच्या स्टुलावर ठेवते.]

माधव : (आठवण होऊन) पण ते राहू दे. माझं काम — त्याबद्दल बोल.

खरं, बरं का! [शेखर गप्प.] का रे? बोल म्हणतो ना? बोल, नाही तर तुला मारीन मी. शेख्या, बदडून काढीन.

शेखर : (शक्य तितका वेळ काढून शेवटी) भिकार.

माधव : काय?

शेखर : टाकाऊ, अगदी थर्ड क्लास.

माधव : शेख्या!

शेखर : खरं ते सांग म्हणालास ना? थेटरवर या गोष्टी बोलायच्या नसतात. रीतीप्रमाणं बरं, चांगलं बोलायचं असतं तिथे. ऐकणारा खूश, बोलणाराचंही काही जात नाही. पण तू म्हणालास, तसं नाही चालणार. खरं मत सांगायला घरी ये. म्हणून घरी आलो आणि हेच माझं खरं मत हवं होतं ना तुला? तुझं काम आपल्याला मुळीच आवडलं नाही. नापसंत, नामंजूर.

माधव : खरं बोलतोस?

शेखर : आता खोटं बोलायचं काय कारण आहे? अर्थात तुला हे झोंबेल, आवडणार नाही. पण सत्य कटूच असतं, मित्रा. माझा अगदी नाइलाज आहे. निघू मग मी?

माधव : (खिन्न.) आजचं माझं काम आवडलं नाही असं सांगणारा तूच एकटा निघालास. निदान मला भेटलेला. पण तू खरं बोलतोस तर ठीकच आहे. मलाही विचार करायला हवा. स्तुतीनं हुरळून गेलो होतो मी. तोल राखणं कठीण जात होतं. पण स्तुती ऐकतानाच एक मन अस्पष्ट पुटपुटत होतं, हे खरं नसेल — हे खरं नसेल. (कटुता.) सगळे तोंडदेखलं, खोटं बोलले. उत्साहानं, हसतमुखांनी, पण ते सारं खोटं होतं. तर मग नाटक — ते कुणी केलं? मी केलं की त्यांनी केलं? कुणी कुणाला फसवलं? ते सारेच फार मोठे नट होते एकूण. आणि रंगभूमीवर वावरला तो? तो होता फार शिकाऊ आणि मेहनती — आणि भाबडा नट होता तो. नव्हे, तसं नव्हे... कारकून होता, नट होऊ पाहणारा कारकून! सिंहाचं कातडं पांघरलेलं ओझ्याचं... पण मग... मग नाटक चालू असता जे सारं वाटत होतं ते काय खोटंच? तो — तो आगळा आत्मविश्वास, ती ईर्षा, जाणवत होती ती अनोळखी शांतता... ते हशे... रंगभूमीवर पाऊल टाकण्यासाठी दर वेळी होत होती ती शरीराची फुरफुर... तो — तो सगळा विलक्षण अनुभव... (एकदम निकराने) नाही, अगदी नाही! साफ नाही. शेख्या, मुळीच नाही! माझं

काम आज चांगलंच झालं. मी म्हणतो, माझं काम आज चांगलं झालं. एवढं चांगलं काम मी कधीच केलं नव्हतं. ते नसेल लोकोत्तर पण चांगलं मात्र निश्चित होतं.

शेखर : असं तू म्हणतोस.

माधव : हो, मी म्हणतो. खरं आहे म्हणून म्हणतो. कधी म्हटलं नाही. पण आज म्हणतो.

शेखर : आपुली आपण करी स्तुती — तो एक —

माधव : जगाच्या दृष्टीनं. आज जगानं मला मूर्ख म्हटलं तरी चालेल. निदान आज मला त्याची खंत वाटणार नाही. मीही जगाला मूर्ख म्हणेन. माझ्या दृष्टीनं आज मला मूर्ख म्हणणारं जग मूर्ख आहे. हा अहंकार असला तर असू दे तो अहंकार. आज मला त्याची लाज वाटणार नाही. माझं काम आज चांगलंच झालं.

शेखर : लेका, तू काय बोलतो आहेस त्याचा अर्थ तुला तरी कळतोय का? माझं बोलणं भारीच मनाला लागलेलं दिसतं तुझ्या. हे बघ, नर्व्हस नको होऊस. आज स्टेजवर धड उभं राहणं जमत नव्हतं तुला. डिलिव्हरी तोंडातल्या तोंडात होत होती. डावा हात उजव्या हातापेक्षा जास्त हलत होता. पण प्रयत्नांनी जाईल ते. नवख्या नटाचं होतं असं. एरवी तसं तुझं काम ठीकच झालं. म्हणजे करण्यासारखं जास्त तरी काय होतं म्हणा त्यात? जे होतं तेवढं केलंस तू.

माधव : फार कठीण भूमिका होती ती. एका दुःखी, सामान्य माणसाच्या डोंगराएवढ्या दुःखापोटचा, केविलवाणेपणापोटचा विनोद होता तो! निव्वळ कोटीबाज किंवा विदूषकी विनोद नव्हता.

शेखर : काय म्हणता तुम्ही रे त्याला? हां — इं ट र प्रि टे श न!

अनू : ते दासगुप्ता यायचे आहेत.

माधव : करा चेष्टा तुम्ही इंटरप्रिटेशनची. पण त्याला फार महत्त्व आहे, शेख्या.

शेखर : (मोठ्यांदा हसतो.)

माधव : हस तू. तुम्ही हसायचेच. स्वच्छ आणि स्पष्ट संवाद म्हणण्यात कलेची कमाल मानणारे, टाळ्यांच्या पावत्यांवर अभिनयाचा कस जोखणारे, आरडाओरडा म्हणजे नाटक समजणारे —

शेखर : चक्क अपमान करतो आहेस तू आमचा!

माधव : तुला माझं काम आवडलं नाही म्हणालास ना? मग तूही हे ऐकून ठेव. कलेच्या नावानं तिचा बाजार मांडता तुम्ही. प्रसिद्ध नावांच्या मोहिनीविद्येनं प्रेक्षकांचे खिसे कापता!

शेखर : (नाटकी ओरडून) खामोष!

माधव : का खामोष? खऱ्या कलेची पारख तुम्हा बाजरी कलावंतांना असणारच कशी? नजर मेलेलीच असायची तुमची!

अनू : हे पाहा, ते दासगुप्ता यायचे आहेत एवढ्यात.

शेखर : खरंच. बघ बाबा, या वहिनी काय सांगताहेत ते आधी. मग वाटलं तर तुझं लेक्चर सबंध ऐकतो.

माधव : (त्रासिकपणे) कोण दासगुप्ता? कशाला येणार आहेत? मला वेळ नाही. (शेखरला) शेख, आज मात्र मी तुझं काही ऐकायला तयार नाही. माझं हरपलं श्रेय मला आज गवसलंय. माझ्यातला मी मला आज सापडलाय. आजवर केलं ते सारं चुकलं हे आता मला चांगलं उमगलंय. आजपासून मी ते सुधारून घेणार. आजपर्यंत वाईट नट आणि चांगला कारकून होतो. चांगला कारकून! आज्ञाधारक, कष्टाळू, इमानी, बिनतक्रार सारं काही करणारा. डोळे बांधून घाणा ओढीत राहणारा. कंटाळा होता तो या घाणा ओढण्याचाच होता. बढतीनं काय फरक पडणार होता त्यात? बदल समूळ हवा होता. आज तो घडला. यानंतर घडतच जाणार. आजपासून मी चांगला नट झालो, शेख्या! आजपासून घाण्याला रामराम! यानंतर कष्ट, इमान, सारं काही एकाच गोष्टीसाठी! माझ्या कलेसाठी, आजपर्यंत घुसमटत राहिलेल्या माझ्यातल्या मीसाठी. आजचा तो अनुभव — वा!

[मागे दादा येऊन उभे.]

शेखर : (टाळ्या वाजवत) नाटकातल्या कामापेक्षा हे आवडलं. पण — (हलक्या सुरात) या वहिनी बघ ना खोळंबल्या आहेत इथं. सासरे नि सासूबाईसुद्धा!

माधव : (कर्कशपणे) काय आहे? का उभी आहेस तू इथं? काय हवंय? जा म्हटलं ना तुला. (जरा वरमून) हवं तर — तू आधी घे जेवून. मी मग जेवीन. तर शेख —

[शेखर गप्प. अनू आत निघून गेलेली.]

शेखर : (हलकाच सूर) हा दुखावलंस त्यांना? चिडून गेल्या त्या आत.

माधव : जाऊ दे. यानंतर माझ्या मनात कोणताही गोंधळ नाही, अनिश्चिती नाही. माझं क्षेत्र ठरलं. (दारातल्या दादांकडे लक्ष जाऊन) काय आहे? काही काम होतं?

दादा : (घसा जरा खाकरून) म्हटलं तर होतं, पण वेळ नसेल तर राहू द्या.

माधव : येतो वर थोड्या वेळानं. (जरा वाट पाहून विरसल्या सुरात) आताच काही आहे का?

दादा : दासगुप्तांना बोलावलं होतं आता—

माधव : बरं मग?

दादा : आताच त्यांचा फोन आला शेजारच्या हणमंत्यांकडे, की तब्येत नादुरुस्त झाल्यामुळे ते आता येऊ शकत नाहीत.

माधव : बला गेली.

दादा : त्यांचा निरोप असा की मी त्यांना त्यांच्या बंगल्यावर भेटावं. अर्थात तुम्हीही.

माधव : तुम्ही जा. मला वेळ नाही. मी जरा बोलतो आहे याच्याशी... तर शेख—

शेखर : (त्याला थांबवून) हे बघ, तुझी कामं असली तर आधी करून घे पाहू. मी हवा तर पुन्हा येईन.

माधव : कामं, कामं, कामं! त्यापेक्षा फारच महत्त्वाचं घडलंय आज, शेख. [तो जाऊ लागतो] नाही. मी तुला जाऊ देणार नाही.

शेखर : अरे पण...

माधव : आजच्यापुरतं माझं मन तू मोडू नकोस, शेख.

शेखर : पण तू—

माधव : नाही म्हटलं ना? नाही. कलेत आपले मतभेद असले तरी आपण दोस्त आहोत. वाटा वेगळ्या असल्या तरी शाळूमित्र आहोत आपण. बरोबर जेवू आज. आवळ्याजावळ्या भावांसारखे. (ओरडून) अनू—

शेखर : हे बघ महादू, मी नंतर येईन. तू घरचं काय ते पाहा बरं सध्या. शिवाय तिकडे रिक्षात... छे! गेलो मी... [जाऊ लागतो निग्रहाने.]

माधव : (त्याला रोखून) थांब. (उसळून) अनू—

शेखर : काय लावलंयस काय तू महाद्या? माझं ऐक तू या वेळेला!

माधव : तू ऐकलं आहेस का कधी कुणाचं?

शेखर : नाही.

माधव : मग मला का सांगतोस?

शेखर : मी वागतो ते मला पूर्णपणे सारं पटतं म्हणून नव्हे!

माधव : तसंच मीही म्हणू शकेन.

शेखर : वेडेपणा करू नकोस, महाद्या. या वेळी वहिनींना जास्त त्रास देऊ नकोस. केलंस तेवढं बस्स झालं. आता जेवून घे आणि तुझ्या सासऱ्यांबरोबर जायचंय तिकडे जाऊन ये.

माधव : तू मला शिकवू नकोस. स्वतः कलंदर राहिला आहेस. फुलपाखरासारखा जगतो आहेस. ना कसली जबादारी, ना कसला पाश. होता त्यातून सुटलास नशिबानं.

शेखर : तुझं तर तसं नाही.

माधव : म्हणून तू कोण मला मी कसं वागावं हे सांगणारा?

शेखर : ते खरंच. पदवीधर शहाणा तू—

माधव : तेच, तेच. माझ्या पदवीबद्दलचा मत्सर फिरतो आहे तुझ्या मनात. म्हणूनच माझं आजचं कामही तुला आवडलं नाही!

शेखर : (उसळून) गाढवासारखा भकू नकोस! (स्वतःला आवरत) मॅड आहेस तू. शाळेत होतास तसाच.

माधव : तू सात मॅड आहेस.

शेखर : म्हणे पदवीविषयीचा मत्सर! हंः! तुझी पदवी तुला लखलाभ. मत्सर म्हणे! तुझ्या कामाबद्दल तुझ्या घरातल्या माणसांकडे काय बोललो ते एकदा कान फोडून ऐक. अरे दुष्टा, नराधमा, थिएटराबाहेरच्या पानवाल्यापासून सर्वांना सांगत आलो की माझा शाळूसोबती माधव टिकेकरनं आज बेहद्द काम केलं. दृष्ट काढावी इतकं सुरेख काम केलं. माझा मित्र आहे तो—शाळूमित्र! हो, शाळूमित्र! माझा शाळूमित्र... त्या धुंदीत इथं आलो.

माधव : खोटं! [शेखर गप्प.] शेख्या, खोटं! खरं म्हणतोस? गळ्याशपथ? माझी आत्ता थट्टा केलीस तू! खरंच तुला—[उचंबळून मिठी मारतो.] जिंकली! माधव टिकेकरानं जिंकली! माधव टिकेकर जिंदाबाद... जिंदाबाद!

शेखर : अरे पण, हळू! सोड बरं मला.

माधव : काय म्हणून हळू? कळू दे जगाला, कळू दे सर्वांना! सर्वांना कळू दे की माझा अर्थ मला सापडला. माझा आत्मा सापडला! हा माधव

केवळ खर्डेघाशीकरता नव्हता जन्माला आला. त्याचं मोल त्याहून मोठं आहे. त्याची लायकी त्यापेक्षा कितीतरी जास्त आहे. (डावीकडल्या खिडकीत बसत) शेखरभैय्या, आज मी फार फार आनंदात आहे. फार आनंदात आहे. शेखू, मग कर तू कितीही उपदेश. पण त्यापेक्षा... आठवतं तुला? आपण शाळेत होतो. आणि तू तुझी ती हातखंडा ठुमरी म्हणायचास. आठवतं?

शेखर : अरे पण तुझं जेवण—

माधव : गोळी मार जेवणाला. म्हण. ती ठुमरी म्हण. ती ठुमरी म्हण.

शेखर : पण, वहिनी—

माधव : (तिडकेने) मी चालता होईन इथून पुन्हा तो विषय काढलास तर! तुला समजत नाही मला काय होतंय ते! म्हणणार आहेस की नाही तू?

शेखर : हे बघ महाद्या, तू मला—

माधव : (उठून) ठीक आहे. मी जातोच कसा. पुन्हा भेटणार नाही तुला. कायमचं लक्षात ठेवीन.

शेखर : अरे, अरे—थांब! थांब!

[शेखर मोठ्या नाराजीने ठुमरी म्हणू लागतो. माधवची बेचैनी, खळबळ शेखरच्या त्या ठुमरीवाटे जणू बोलकी होऊन वाहू लागते. माधव दाद देतो. अनू येते.]

शेखर : (रंगली असतानाच ठुमरी अर्धी टाकून उठत) आता मात्र निघतोच मी.

माधव : जेवल्याशिवाय? अनू, दोन पानं वाढ.

शेखर : (कमालीचा नाराज) हे बघ महाद्या, तू—

माधव : आता गेलास तर जास्तच रागावेन. रागावू?

शेखर : दुष्ट आहेस. [बसतो.]

माधव : (स्वतःच्या तंद्रीत, ठुमरीचा चरण गुणगुणतो.) वेदना मोठी सुंदर असते, शेखर. या वेदनेची संगत सुटता नये, सोडता नये. फार मोठं सामर्थ्य असतं नाही तिच्यात? तार पिळवटली म्हणजेच तंतुवाद्य सुरात बोलू लागतं. तसं आहे कलेचं. वेदनेची तार वारंवार पिळवटली जाईल, तेव्हाच कलावंत चांगला बोलतो. स्वास्थ्य—ते वाईट, ते फार वाईट. माणसाला गंज चढवतं. या स्वास्थ्याविरुद्ध लढा द्यायला हवा. फार कठीण आहे हे. पण हेच महत्त्वाचं आहे. मी देणार आहे हा लढा! गंज

झाडून, निकरानं आणि प्राणपणानं देणार आहे. बस्स! माझी वेदना मला हवी, माझं दुःख मला हवं. माझं मीपण — ते हवं.

शेखर : (हळूच) ए, वहिनी आल्यायत.

[स्तब्धता.]

अनू : (माधवला) जरा इकडे येता का? (तो तिच्याकडे येतो. त्याला कठोरपणे पण शांतपणे) तुम्ही दादांबरोबर निघा.

माधव : (त्रासून) काय?

अनू : दासगुप्तांकडे जाऊन या.

माधव : (रागाने) मी तुला दोन पानं वाढायला सांगितली.

अनू : मी तुम्हाला प्रथम दादांबरोबर जाऊन यायला सांगते आहे.

माधव : न जेवता?

अनू : मीही नाही जेवणार तोवर.

माधव : मला भूक लागली आहे.

अनू : आणि मला ती लागत नाही असं वाटलं की काय तुम्हाला?

माधव : मग जेवून घे. वाढ आम्हांला. केव्हापासून सांगतो आहे.

अनू : (जरा आवाज चढतो.) मी केव्हापासून सांगते आहे, जेवायला चला म्हणून. पण तुम्हाला ते ऐकू जात नव्हतं. ऐकायची इच्छा नव्हती तुमची. नाटक करून पोट भरलं तुमचं. किंवा खाऊन आला असाल कुठून!

माधव : तू उपाशी राहणार हे माहीत असताना बाहेर खाईन मी? बोल — बोल — बोल आणखी काही. [त्राग्याने बाकावर येऊन बसतो.]

अनू : (बाकामागे येत) मी उपाशी राहणार आणि वाट पाहणार हे माहीत असताना बाहेर राहिलात तुम्ही मघापर्यंत!

माधव : ते — ते वेगळं होतं. काही खाल्लेलं नाही मी. लौकर पानं वाढ आमची.

अनू : पानं नंतर वाढीन. तुम्ही दादांबरोबर आधी निघा. त्यांना थांबवलंय मी.

माधव : नाही, दादांबरोबर आता जाणार नाही मी. पार थकून आलोय.

अनू : सकाळी वेळेवर घरी येईन हे कबूल करताना कल्पना नव्हती याची?

माधव : तेव्हा मी कुठं जायचं नव्हतं. दासगुप्ता का कोण तो यायचा होता इथं.

अनू : मग वेळेवर पोचला का नाहीत इथं?

माधव : नाही, नाही पोचणं जमलं मला. पण हे असं कुणाच्या घरी जाणं पसंत नाही मला. निदान या वेळी.

अनू : तुमच्या पसंतीचा प्रश्न राहिलेला नाही या वेळी...

माधव : मग कुणाच्या पसंतीचा राहिला आहे? तुझ्या आईच्या? की दादांच्या?

अनू : तुमच्या बायकोच्या.

माधव : मला मान्य नसलेली गोष्ट माझी बायको काय म्हणून माझ्यावर लादणार?

अनू : मला मान्य नसलेल्याही अनेक गोष्टी लादून घेतेय मी! तुमच्याकरता, घराकरता, संसाराकरता. कुणा एकाच्या इच्छेला स्थान नाही इथं.

माधव : माझ्यावर कुणाचं वर्चस्व चालणार नाही. माझ्या इच्छेनं चालणार मी.

अनू : त्यावर नंतर बोलता येईल. आधी दादांबरोबर चला बरं.

माधव : नाही, मी इथून आता हलणार नाही. मग तू नाही जेवायला वाढलंस तरी हरकत नाही. फार अहंमन्य माणसं आहात तुम्ही. स्वत:चंच म्हणणं जगावर लादू पाहणारी.

अनू : दासगुप्तांना दादांनी इथं बोलवावं याला तुम्ही कबूल होतात. तुम्हीच माझ्यापेक्षा जास्त इच्छा दर्शविली होतीत तशी!

माधव : हो. तुझ्याकरता. तुझ्या या घराकरता. संसाराकरता. स्वास्थ्याच्या या मायावी स्वरूपाकरता. माझं मन नाही या नोकरीत. मला तिचा उबग आला आहे, चीड आली आहे. खर्डेघाशी निव्वळ!

अनू : एकदाच विचारते. माझं ऐकणार आहात?

शेखर : (खिडकीकडे आहे, तिथून माधव बसला आहे तिथे येत) माधव, वेड्यासारखं करू नकोस.

माधव : तू मधे तोंड घालू नकोस, शेख्या. तुझ्या बायकोला तू किती जपलंस ते ऐकलंय मी लोकांकडून! (अनूला) मी कुठंही जाणार नाही. माझं पान वाढ. याचंही वाढ. किंवा न वाढलंस तरी चालेल.

अनू : तर मग दादाही जाणार नाहीत.

माधव : (वळत) न का जाईनात!

अनू : ठीक आहे. (मागच्या खिडकीकडे जात) आई, सांग दादांना —

अक्का : (तिथे जिन्यातच उभ्या) पण बोलावलंय दासगुप्तांनी! ते वाट

पाहतील.

शेखर : महादू, प्लीज, एक वेळ ऐक माझं.

माधव : नो! (अनूला) आणि हेही ऐक. मला ही नोकरीही यानंतर करायची नाही. ती सोडणार आहे मी. मी नोकरी करणार नाही. रंगभूमी हाच माझा व्यवसाय करणार आहे मी. किनाऱ्यावर गुडघाभर पाण्यात बुड्या मारणं पुरे झालं. ऐन समुद्रात उडी घालणार आहे मी! पोहणार आहे.

अनू : (आवेगाने) असं बोलू नका!

माधव : ठरलंय तेच सांगतोय मी.

अनू : (संताप, आवेग आवरत नाही) पुन्हा म्हणा!

माधव : नोकरी सोडणार आहे मी. नोकरी सोडणार आहे मी. नोकरी करणार नाही. नट म्हणूनच जगणार. [शेखर जाऊ लागतो.] कुठं चाललास, शेख्या?

शेखर : माझा निषेध दुसऱ्या पद्धतीनं दाखवता येत नाही मला. तू मूर्खपणा करतो आहेस, महादू. गाढवपणा करतो आहेस. तू करतो आहेस त्यात अर्थ नाही. त्याबद्दल मला काय वाटतंय ते सांगायला शब्द नाहीत माझ्याकडे. कसं सांगावं कळत नाही. पण मला फार फार राग आला आहे तुझा. चुकतो आहेस तू. चुकतो आहेस.

माधव : तुझ्या वाटेनं येतो आहे.

शेखर : वाट अशी मधेच बदलता येत नाही. बदलताना फार काही तुडवशील तू.

माधव : फिकीर नाही. आहे ही वाट माझी नव्हे हे पुरतं कळल्यावर आणि ती चालण्याविरुद्ध रक्त उसळत असतानादेखील तीच चालत राहू मी? कसा चालत राहू? मला शक्य नाही ते यानंतर. एक पाऊल जास्त टाकणं शक्य नाही.

शेखर : तुला काही समजत नाही.

माधव : म्हण तसं. मी म्हणेन, तुला काही समजत नाही. पण असं तरी कसं म्हणू? माझ्या लेखी आज नाटक सुटल्यावर वाट फुटेल तिकडे भटकताना, डोकं फुटेपर्यंत विचार करताना फार काही कळत होतं तुला. तू माझ्या हेव्याचा विषय होतास, शेख. माझा आदर्श होतास. ध्येय होतास माझं एका परीनं...

शेखर : लाजवू नकोस मला. तुझा विचार चुकला, पार चुकला. शुद्धीवर ये.

वहिनींचं ऐक...

माधव : माझा विचार खरंच चुकला. माझा आदर्श फुसका निघाला, पोकळ निघाला. फार क्षुद्र आहेस तू, शेख. सामान्य, अतिसामान्य माणूस आहेस. या—यांच्यातला आहेस. पण मी यांच्यातला नाही. मी वेगळा आहे. आजपर्यंत ते विसरून जगलो. मेल्या मनानं जगलो. मुर्दाडासारखा जगलो. यानंतर काहीएक विसरायचं नाही मला. माझं वेगळेपण सिद्ध करायचं आहे.

शेखर : खोट्या कल्पनांत आणि मोठ्या शब्दांत फसला आहेस तू. वहिनी, हा बोलतो आहे, करतो आहे, ते मला पसंत नाही. मला पटत नाही. मूर्खपणाचं आहे ते. यानं तुमचं ऐकलं पाहिजे. दासगुप्तांकडे गेलं पाहिजे. नोकरीच केली पाहिजे आणि संसार जपला पाहिजे, असं स्पष्ट मत आहे माझं. हा मूर्ख, असमंजस, गाढव आहे. याच्यापुढं नमू नका. तुमचा आग्रह मुळीच सोडू नका.

शालिनी : (बाहेरून दारात विचारत येते) शेखर आले आहेत का इथं? [किंचित स्तब्धता.] छान! हे काय? रिक्षात बसवून ठेवलंस तिकडे मला आणि तू इथे ओरडत बसला आहेस!

शेखर : (वरमत) मी—म्हणजे—लक्षातच राहिलं नाही माझ्या. म्हणजे तसं आठवत होतं मधूनमधून, पण—

शालिनी : हे कोण? (माधवकडे पाहून) यांना ओळखते मी. हे तुझे मित्र माधवराव टिकेकर. (खुर्चीत बसून) तुमचं काम पाहिलं ना आज मी.

माधव : (विरघळलेला. कॉटवर टेकून, जरा वाट पाहून) काहीच म्हणत नाही तुम्ही त्याबद्दल.

शालिनी : काय म्हणणार? मला त्यातलं काही समजत नाही.

माधव : वा, असं कसं? रंगभूमीवरचं आपलं स्थान...

शालिनी : अहो ते गाण्यामुळं. अभिनयातलं फारसं काही येत नाही मला, आणि मी ते करीत पण नाही. पण तुमचं काम मला आवडलं. पोट धरधरून हसले मी. आणि एक-दोनदा रडलेदेखील. का, ते मला नाही माहीत. हा शेखर माझी त्याबद्दल थट्टा करीत होता. तुमचं काम मला किती आवडलं म्हणून सांगू? शक्य असतं ना, तर मी तुमच्यावर प्रेमच केलं असतं.

शेखर : (दटावीत) बरं, काहीतरी बोलत राहू नको! चल आता!

शालिनी : या सगळ्यांची ओळख झाल्याशिवाय? तू लाख बाहेर काढशील, मी आले पाहिजे ना! (अनूला) नमस्ते, मी शालिनी सुभेदार. नाटकात काम करते. तुम्ही मिसेस टिकेकरच ना? तुमचा नवरा मला आवडला. आवडला म्हणजे तसा नव्हे काही! त्याचं काम, नाटकातलं.

शेखर : हे बघ, आता चलतेस का तू? की—

शालिनी : (जिन्याकडल्या खिडकीत अक्कांसमवेत उभ्या असलेल्या दादांना) आपण टिकेकरांचे वडील ना? फार छान काम केलं तुमच्या चिरंजीवांनी! चुकलं, मला वाटतं! मग जावयांनी, हो ना? की तेही चुकलं? आमच्या प्रोफेशनल स्टेजवर येतील ना हे तर फार पॉप्युलर होतील. नाही रे शेखर? [शेखर गप्प.] चल बाबा, गाल फुगवून नको बसायला. बरंय, येते. ओळख ठेवा गरिबाची!

[दोघे जातात. थोडी शांतता.]

दादा : (जिन्याकडल्या खिडकीतूनच घसा जरा खाकरून) मग... दास... गुप्ता...

माधव : (अजून तंद्रीत) अं? दास... गुप्ता... हो हो, दासगुप्ता. जायचं ना आपण त्यांच्याकडे. घरी बोलावलंय त्यांनी. इकडे यायला तब्बेत नीट नाही त्यांची. ठीक आहे. अनू—(कोट खांद्यावर टाकून सस्मित) मी दासगुप्तांकडे जाऊन येतो ग. (दादांना) चला ना!

[दादा साश्चर्य पुढे आणि मागून माधव जातात.]

अनू : (सानंद) आई, गेले अखेर ते.

अक्का : (जिन्यात बसत) हूं, गेले. पण यात काही अर्थ नाही. जात नव्हते, ते जाऊन येणार. परिणाम घडायचा तोच घडणार, बरं. तीच दुर्बुद्धी. म्हणत नव्हते मी तुला? आता सांभाळ गऽ पोरी...

[पडदा]

अंक दुसरा

[पडद्यामागून शेखरचे नाटकातले गाणे ऐकू येते.

जणु हे मदनवदन भासे । हासे
चंद्रबिंब नभमंडळ उजळित
मनमंदिरि येते ।
दिव्य प्रफुल्लित प्रमुदित नित-रत
वितरि सौख्य वाटे ।।

पडदा वर जातो. तीच खोली. तसेच सर्व काही. फक्त प्रवासाहून नुकतीच आणून ठेवलेली एक बॅग नजरेत भरेल अशी दिसते आहे.

शेखर आणि माधव नव्या नाटकाची तालीम करताहेत. माधवच्या हाती नाटकाची पाने. शेखर कॉटवर एक नवी चाल घोळवत बसला आहे.

प्रिय छंदाने वेडी झाले.
भान हरपले
देह विसरले
अजि मी धन्य जाहले
स्वप्न पाहिले

माधव खुर्चीत बसलेला.]

माधव : ए बाबा, अरे गाणं पुरे. तालीम करू या बरं. हं, हा मी इथं आहे. मी म्हणजे भैरवी.

शेखर : तू भैरवी! (हसत) भैरव आहेस भैरव! [हसतो.]

माधव : साधा नव्हे, काळ! [दोघे हसतात.] पण ते राहू दे. एवढा तुकडा पक्का बसू दे आधी. हा बसला की मग पुढचं नाटक जाईल कसंतरी. हाच महत्त्वाचा आहे. नाही तर होईल रात्री फजिती!

शेखर : अरे छोड यार! गेल्या पंधरा वर्षांत एकदाही असली नामुष्की घेतली नाही! पाठ नसलं तर असं बेमालूम पदरचं बोलतो की कुणाला पत्ता लागत

नाही. अरे बाबा, तालमी तालमी म्हणून तू ओरडून काय उपयोग? प्रथम प्रथम तर सत्याग्रह करीत होतास की तालमी घेणार असाल तरच करीन नाटकात काम म्हणून. काय उपयोग झाला? तुझ्या जागी दुसरा कुणी उभा केल्यानी. नाटकं होतच राहिली. लोक ती पाहतच होते. त्यांना ती आवडतही होती. आता कर ना सत्याग्रह! काय रे? [माधव गप्प.] अरे तालमी घ्यायला वेळ तर हवा ना? जुन्या नाटक कंपन्यांच्या काळात ते ठीक होतं. आता प्रत्येकजण आपल्या पोटामागे गावोगाव हिंडत असणार. सगळी डोकी एकत्र येणंच कठीण. आता हेच पाहा ना, गेला सबंध आठवडा माझा नागपूर-अकोला-अमरावती करण्यात गेला. आज पहाटे येणार म्हणता म्हणता इस्लामपुराहून 'मानापमान' करून तू हा आता दुपारी कसाबसा आलास. शालिनी काल दुपारी मुंबईला 'सौभद्र'साठी गेली ती आत्ता एकदम रात्री खेळाच्या वेळी येणार. तरी बरं मी तरी हजर आहे या सुरुवातीच्या भागाची शेवटची तालीम करायला.

माधव : हो. नाही तर तूही रात्री टॅक्सीतून उतरून हातातल्या बॅगसकट स्टेजवर एंट्री घ्यायचास! शेख्या, यार, अरे नाटक नवीन आहे. नव्या नाटककाराचं आहे.

शेखर : असू दे. मी माझी गाणी टॉपला नेतो आज. [पद घोळवू लागतो पुन्हा.]

माधव : पण नाटकाचं काय?

शेखर : पाडीत नाही नक्की. आणि तुला सांगतो, चार सुरेल गाणी ऐकायला मिळाली की खूश असतो आपला प्रेक्षक. त्या तुमच्या नव्या नाटकांसारखं नाही आपलं. पण आपण असे नसत्या वटवटीत का वेळ घालवतो आहोत? (घड्याळ पाहून) चार वाजायला आले. अजून घरी जाऊन दाढी, अंघोळ आणि देवपूजा उरकून तळ्यातल्या गणपतीची फेरी करून मला थिएटरवर पोचायचं आहे. चल, आटप लौकर! हो भैरवी.

माधव : हं. (भैरवीच्या काहीशा बायकी बेअरिंगसह काल्पनिक सखीला) सखे, कोण बरं हा रांगडा, केसाळ धटिंगण? आणि हा इथंच का बरं घोटाळतो आहे असा आपल्यापुढं?

शेखर : साफ चूक! इथंच असा आपल्याभोवती का घोटाळतो आहे. नक्कल पाहा. दोन-चारदाच ऐकलं; पण लक्षात आहे, मिष्टर.

माधव : समजलं. मला तू खरी भैरवी समजलास की काय? अदमासपंचे

म्हणतो आहे मी. तर — याला घरदार, गाव, गणगोत काही नाहीच की काय. मला वाटतं, हा-ऊं-ऊं-ऊं-ऊं... (संक्षेप करून) अनोळखी जागी बिनघोरपणं वावरतो आहे. (शेखरला) हां, म्हण ना पुढे. अरे म्हण!

शेखर : ए शहाण्या, पुढे सखीचा संवाद आहे, माझा नव्हे.

माधव : मग हो तात्पुरती सखी.

शेखर : सखी? तुझ्यासारख्या राजकन्येची मी सखी? अरे हॅट! जमणार नाही!

माधव : आणि परवाच्या 'संशयकल्लोळा'त हिरव्या दाढीच्या रेबतीचा आश्विनशेट झाला होतास तो रे?

शेखर : ती गोष्ट निराळी. डोळे मिटूनच तिचे माझे प्रवेश केले मी.

माधव : बरं, थांब. मीच वाचतो सखीचं. (वाचत) शू:! इकडेच पाहतोय तो. (स्वत: होत) आणि आता — तू!

शेखर : (फिरत फिरत) छे. अजून नाही लोक येत हे.

माधव : अजून नाही हे लोक येत. नीट म्हण. [कॉटवर येऊन बसतो.]

शेखर : (लक्ष न देता फिरत) यांच्यातला एकदेखील इकडे फिरकत नाही. तर मग या अस्सल कुळीच्या उमद्या जातिवंत जनावरांचं काय होणार? [बोट पूर्ण माधवकडे झालेले. मुद्रा गंभीर.] पाहा कशी पाहताहेत टवकारून! शिकारीचा नाद अर्धाच टाकून न्यावीत का ही आपल्यासोबत राजवाड्यावर? की यातून काही नवं प्रकरण उद्भवेल? चंडोलाचा सल्ला घेतला असता, पण गडी कुठं गहाळ झाला आहे कुणास ठाऊक! की प्रथम यांच्या मालकांचा शोध इथं जवळपास घेण्याचा यत्न करावा? मनाचा निश्चय ठरत नाही. तिन्हीसांज टळली. रात्रीची झोपाळू झापड साऱ्या वातावरणावर झपाट्यानं चढते आहे. आणि अजून यांचे मालक पायी काय करीत असतील बरं या भयाण भागात? शोधावं? की राहावं असंच मुक्या मुर्दाडासारखं इथं दाटून उभं, चंडोलरावांची वाट पाहात? काही दगाफटका तर नसेल? [विचारमग्न. साशंक. मग त्याच बेअरिंगने] वाक्य बोला! [माधव तालीम विसरून पत्र वाचत कॉटवर बसला आहे.] भैरवीबाई, वाक्य बोला.

माधव : आं? (भान येऊन) हो. मला वाटलं, तू डायलॉग बोलतो आहेस.

शेखर : पण तू काय वाचतो आहेस?

माधव : काही नाही. [पत्र खिशात ठेवतो.]

शेखर : कुणाचं पत्र? सांगण्यासारखं नसलं तर नको सांगूस.

माधव : तसं काहीच नाही त्यात. दोन दिवसांमागं आलं. वाच. [त्याला देतो.]

शेखर : (वाचून परत करत) हं:! म्हणे, तुमची अलीकडची कामं पाहून फार दु:ख वाटलं. तुमच्याकडून वेगळ्या अपेक्षा आहेत. कसल्या वेगळ्या अपेक्षा? त्या हौशी गटांची न चालणारी नाटकं आणि जडजंबाल चर्चा करण्याच्या? कोण रे हा?

माधव : मला — खरं म्हणजे मलाही माहीत नाही. त्यावर पत्ताही नाही त्याचा. पण तुला नाही वाटत अर्थ आहे असं त्याच्या शब्दांत? निदान फार मनापासून लिहिलेलं वाटतं रे त्यानं ते!

शेखर : (पत्र त्याच्या खिशात भरून) काठावर उभं राहून 'चुकलात, चुकलात' म्हणून ओरडणारी पुस्तकी माणसं ही. तुला सांगतो यार, यांचा विचार करशील तर फसशील. काहीच व्हायचं नाही तुझ्या हातून. आपण कधी असल्या कोरड्या सल्ल्यांची दखलच घेतली नाही. आपण आपल्या वाटेनं आलो. त्यांना काय होतंय सांगायला? या आणि पाहा म्हणावं पोहून या खोल पाण्यात.

माधव : खोल पाण्यात... (नक्कल पाहत) सखे, हा रांगडा... (संक्षेप करत) की मानवदेहधारी मतलबी पिशाच किंवा वेताळ आहे? (शेखरला) म्हण ना तुझं वाक्य. ठरला निश्चय!

शेखर : (त्याला न्याहाळत) वर्षामागे असाच निश्चय ठरवलास तू... कायम नोकरी सोडून नाटकात काम करण्याचा. वर्ष उलटलं नाही त्यानंतर?

माधव : हं.

शेखर : मीच तेव्हा विरुद्ध होतो तुझ्या. वहिनींच्या बाजूला होतो, तुझ्या सासू-सासऱ्यांच्या बाजूला होतो... कसून विरोध केला मी तुझ्या मूर्ख निश्चयाला... अगदी कडाडून...

माधव : आता पटला असेल तुला तुझा मूर्खपणा.

शेखर : आणि तुला तुझा मूर्खपणा.

माधव : मी बिलकूल मूर्खपणा केला नाही. तसा — तसा सुखात आहे मी. मजेत आहे.

शेखर : मला सांगतोस?

माधव : खरंच. अतिशय सुखात आहे मी. खरंच! गेलं वर्ष तसं फार चांगलंच

गेलं माझं, शेख्या. म्हणजे मधलेमधले प्रसंग सोड!

शेखर : कर्ज किती झालं?

माधव : ते फेडीन मी. उमेद आहे मला. फेडतोच आहे धीरे धीरे.

शेखर : नवं देणं किती थकलंय?

माधव : अरे, ज्याला देणं आहे त्यालाच आशा आहे.

शेखर : इथला आनंद तर दिसतोच आहे.

माधव : ऊं:! ते असू दे. ते मनाला लावून घेण्यापलीकडे पोचलो आहे मी. खरं म्हणजे कलेच्या एका आनंदाशिवाय काही जाणवून घ्यायचं नाही असंच ठरवून टाकलंय मी अलीकडे. अंग मोडेस्तोवर श्रम झाले म्हणजे झोपसुद्धा मोठी छान लागते. काल रात्रीचीच गोष्ट सांगतो तुला— इस्लामपूरची. तुला माहीत आहे, 'मानापमान' होतं काल. मी नेहमीप्रमाणं लक्ष्मीधर होतो. आणि कुणाचीच नाइट न देता कॉंट्रॅक्टरनं गल्ला घेऊन आमच्या नकळत केला पोबारा.

शेखर : तरी मी तुला सांगत होतो!

माधव : पुढचं तर ऐक. तर हे ऐकल्याबरोबर सगळा हाहाकार उडाला रंगपटात. शिव्यांची लाखोली वाहिली सर्वांनी त्या कॉंट्रॅक्टरला. दुसरं काय करणार? नाटक पुरं करणं तर भागच होतं. पण बहुतेकांना घोर हा की इस्लामपुराहून घर कसं गाठायचं? नाटक कसंबसं केलं आणि सगळे एकत्र जमलो. चौघांपाशी स्वत:पुरते पैसे निघाले. त्यांतला मी एक. दुसरा धैर्यधर झालेला शंकर साठे. भामिनी रत्नप्रभा मोहिते परस्पर गेली निघून स्टेशनवर. बाकीचे कफल्लक होते. म्हणजे त्या प्रयोगाच्या नाइटवरच अवलंबून होते ते. आणि नाइट तर खऱ्या नाइटमध्ये अंतर्धान पावली होती. भाजीपुरी खाण्यापुरतेदेखील पैसे नव्हते काहींच्या जवळ. त्यांत चोराचं काम करणारा मास्टर नामदेव फातरफेकर, त्याची बायको कोल्हापुरात घरी बरीच आजारी होती. तो बिचारा अक्षरश: रडू लागला. अखेर माझ्याजवळ होते ते पैसे मी दिले त्याला. म्हटलं खिशातले घे, पाकिटातले घे, कनवटीचेसुद्धा घेऊन जा, पण एकदा घर गाठ! पैसे देऊन प्रथम गाडीकडे पिटाळला त्याला. आणि रात्री उपाशीच झोपलो झालं थिएटरात, आणखी तिघांबरोबर. उपाशीपोटी मनात नेहमीच वाईट वाईट विचार येतात बघ. उदाहरणार्थ, या उरीपोटी खपण्यात आणि गावगन्ना भटकण्यात कला कुठं आहे? आणि

दुसरं तरी काय आहे? पण केव्हातरी लागली झोप. लागते ती. सकाळी उठून पुढं काय करावं याचा विचार करतो आहे तो रात्रीच्या नाटकातला लक्ष्मीधर तो मीच हे कळून गावातले एक प्रतिष्ठित गृहस्थ आले अगत्यानं भेटायला. म्हणाले, घरी चला. तुमच्यासारख्यांचे पाय आमच्या घराला एरवी कधी बरं लागायचे? मनाशी म्हणालो, बरोबर आहे! घरी गेल्यावर मग चहापाणी, फराळ, जेवण, सगळं यथास्थित झालं आणि आमची तिकिटं काढून देऊन आम्हाला गाडीत बसवून दिलं त्या भल्या माणसानं! म्हणून इथं आलो. अशी झाली मजा!

शेखर : मजा?

माधव : तर काय. (उठून मागल्या खिडकीकडे गेलेला. हलकेच) घरी आलो तेव्हापासून बोलणं नाही कुणाशी. कालच्या नाइटवर एका घेणेकऱ्याला पैसे प्रॉमिस केले होते; मी पहाटे घरी येईन या अंदाजानं सकाळीच त्याला बोलावलं होतं. तो सकाळी येऊन बराच ओरडा करून गेला असं ऐकतो. आता पुन्हा यायचा आहे.

शेखर : (विषण्णपणे) वहिनींना फार त्रास होत असेल याचा.

माधव : (परत त्याच्याकडे येत घाईने) मिस्टर, तालीम करायची आहे आपल्याला! कुठवर आलो आपण? हं. ठरला निश्चय! चंडोलाची अधिक वाट न पाहता... म्हण ना.

शेखर : राहू दे रे! शालिनी आज तेवढी मुंबईहून व्यवस्थित येऊन पोचली म्हणजे मिळवली. नाही तर रात्रीचा प्रयोग बोंबलणार.

माधव : संध्याकाळी गाडीवर जाणार आहे मी. तिला घेऊनच येईन थिएटरवर.

शेखर : गाडीवर? गाडीवर कशाला?

माधव : कशाला म्हणजे? म्हणजे – एकटीच येणार ना ती?

शेखर : अरे मग काय हे गाव नवखं आहे तिला, का गावात वाघसिंह आहेत तिला खायला?

माधव : तसं नव्हे रे!

शेखर : वयाच्या दहाव्या वर्षापासून दुनिया एकटीनं बघितली तिनं. आई नाही, बाप नाही. म्हणजे बाप कोण तेच नव्हतं माहीत तिला आणि आई ते न सांगताच मरून गेली. गाणारीण होती तिची आई. कोल्हापुरात अजून जुनी माणसं आठवण काढतात बाईच्या गळ्याची. ही दहा वर्षांची पोर

त्यानंतर स्वत:च्या हिमतीवर एकटी जगली. गोड गळा होता जवळ; चेहरा बऱ्यापैकी होता. तेच तिचं भांडवल. आणि त्यापायी नरकयातनांतूनदेखील जावं लागलं तिला. आणि तू तिला थेटरपर्यंत सोबत द्यायला स्टेशनावर जाणार!

माधव : (कसाबसा) तसं नव्हे रे शेख्या! नाही तरी वेळ आहेच मला! म्हटलं, स्टेशनवरून थिएटरवर येताना वाटेत संवादांची तरी एक तालीम होईल. तालमी कमी झाल्यात तिच्या.

शेखर : (तालमीत शिरत) अधिक वाट न पाहता — या भयाण जागी अधिक वाट न पाहता त्या बेट्याला बगल देऊन ही जनावरं घेऊन असंच परत वाड्यावर जावं हेच योग्य. असतील यांचे मालक कुणी, तर येतील तलास घेत झक् मारीत. (माधवला) सांग पुढे.

माधव : तलास घेत झक् मारीत?

शेखर : तेच — तसलंच काहीतरी. अडवू नकोस. वेळ होतोय मला. सांग. सांग पुढे.

माधव : अरे, पण मधली वाक्यं?

[दोघेही मागच्या खिडकीपासच्या बाकावर बसलेले. प्रथम माधव, आता शेखरही येऊन बसतो.]

शेखर : गेली झालनात. अडवू नकोस म्हटलं ना. माधव, यार, अरे हे खोटं आहे सगळं! खरं असं काही नाही! खरं फार वेगळं आहे! नाटक म्हणजे थोतांड! तमाशा सारा! हसतमुखानं, गोड गोड शब्दांत, सुंदर सीनसीनरी लावून करमणुकीसाठी उपाशी पोटी आणि रिकाम्या खिशानं करायचा श्रीमंत तमाशा! यातलं रडणं खोटं, हसणं खोटं, रागावणं खोटं, अरे मरणंसुद्धा खोटं, प्रेम खोटं! शोकसुद्धा लटका! त्याच्याच लायकीनं ते करावं हे बरं!

माधव : आलं तुझ्या अंगात! वर्षामागं या इथं असंच तुझ्या अंगात आलं होतं!

शेखर : अजून तेच सांगतो, महाद्या, सोड नाटक! नाटक सोड, महाद्या!

[माधव सफाईने पुढे होत भैरवीचे गाणे 'जणु हे मदनवदन' गद्यात म्हणतो.]

शेखर : (भानावर येत) पुढं माझं गाणं आहे.

सुंदरी मम उरी मदनबाधा करी
ताप सारा हरी
हर्ष जणु बहरवी
सौख्य दे, गौप्य दे भाग्यवंता ।।
गृहि वसे स्वर्ग मग
भासते जग सुभग
स्वप्नि ये जाग अजि! धन्य कांता ।।

(धावते म्हणून) म्हटलं... चल पुढं. त्यापुढं तुझं... म्हणजे भैरवीचं. हं, झालं. चल पुढं. पुढं काय? (स्मरून) तुम्ही शेजारच्या रूपनगरच्या हेर तर नसाल? संशय नको. खुद्द सेनापतींपुढंच तुम्हाला हजर करतो म्हणजे झालं. त्यापुढं माझं स्वगत आहे. आहे ना? आधी लष्करी रिवाजानुसार या सुंदर संशयितांची अंगझडती घ्यावी आणि मग यांना सेनापतींपुढं न्यावं, की आधी सेनापतींपुढं नेऊन पुढचं त्यांनाच काय ते करू द्यावं? काय रीतसर ठरेल? (माधवला) त्यापुढचं सखी नि भैरवीचं संभाषण गाळून टाक आता. पुढं पुन्हा माझा डायलॉग आहे. (तो घेत) खबरदारी म्हणून अंगझडतीच घेणं उचित ठरेल. पण रीत म्हणून हे कसं दिसेल? अनोळखी पण सौंदर्यवती तरुणी अशा अवेळी लष्करी पद्धतीत हाताळायला महाकठीण हेच खरं. त्यांच्याकरता वेगळा लष्करी कायदा हवा. आधी जरा अंदाज घ्यावा हेच — (माधवला) सिगरेट कर इकडे. दिल लागत नाही या बेचव बडबडीत. आवाज नुसते! [मुद्रेवर उद्वेग. माधवने दिलेली सिगरेट पेटवतो.] असं वाटतं भय्या, की हे सारं सोडून भगवी वस्त्रं धारण करावीत आणि कुठंतरी उंच टेकडीवर एकटंच जाऊन बसून एकतारीवरल्या भजनात रंगून जावं शेवटल्या प्रवासापर्यंत! बस्स! नाही पाहिजे हा व्याप!

माधव : (तन्मयतेने पाहत) एवढाच डायलॉग किती सुरेख बोललास!

शेखर : कारण तो डायलॉग नव्हता. आणि हा आपला चालला आहे हादेखील रात्री चोखच बोलेन मी. एकदा त्या उजळलेल्या चौकटीत पाऊल घातलं की मग लटपट नाही. मग मी माझा नव्हे. मी प्रेक्षकांचा. मी त्या चौकटीचा. त्या पोरसवदा लेखकानं लिहिलेली बाष्कळ बडबड अशी फेकतो की लोक हलून जातील. भावनेनं उफाळतील, रडतील, हसतील.

कमी पडेल तिथं माझा सूर आहे. आणि तू आहेस सर्वांना पोटभर हसवायला. खूश करून टाकू मंडळींना.

माधव : पण त्यासाठी वाक्यं व्यवस्थित आठवली पाहिजेत! तेव्हा... म्हणा, अंदाज घ्यावा हेच योग्य.

[दारावर टकटक. कडी वाजते.]

शेखर : कुणी आलंय वाटतं.

माधव : हूं. मी बघतो.

[जाऊन दार उघडतो. बाहेरून उद्गार 'नमस्कार'!]

(फारसे न उजळता) नमस्कार! काय? या ना. (परत येऊन) हं. आम्ही रूपनगरच्या हेर बाया. राजकारणातल्या गुप्त वार्ता काढणं हे आमचं काम.

[दारावाटे घेणेकरी येतो. चालल्या प्रकाराकडे पाहतो.]

घेणेकरी : काय? नाटकाची तालीम चालल्येय वाटतं?

माधव : हो. रात्रीच्या. (सखी होत) होय, बाईसाहेब. [सखीचे स्वगत] आणि या बाईसाहेबांच्या मनातले सुप्त हेतू मला उकलते तर बरीक किती बरं झालं असतं! [खिशात हात घालून काडेपेटी बाहेर काढतो. पण ती रिकामी. तल्लफ तर आली आहे. इकडेतिकडे पाहतो. सिगरेट तोंडात धरतो. मग घेणेकऱ्याला] माचीस? [तो नकार देतो ओठांनी.] देवा रे देवा! वेताळाला भेटली सटवाई आणि सुखातला जीव दुःखात गऽ बाई. (घेणेकऱ्याला जवळ बोलावून, तो काचकुचत जवळ येताच त्याच्या हाती नक्कल देऊन) पुढं चालू ठेवा — हे इथून — सटवाईपासून. मी काडेपेटी घेऊन येतो आतून.

घेणेकरी : पण मी — त्या आपल्या — बिलासाठी आलो होतो.

माधव : आलो. चालू करा. [जातो आत.]

घेणेकरी : (चष्मा काढून तो डोळ्यांना कसाबसा लावत केविलवाणे वाचतो.) ही इथं सापडली सटवाई. हां, सटवाई — आणि — सुखातल्या जीव दुःखात गऽ बाई. गऽ बाई. नंतर झाल्यावर — (वाचत) एकदा सुखरूप — चूक, सुखरूप राज्यात पोचलो की झालं. उघड छोट्या बाईसाहेब — नव्हे, कंसात उघड आणि छोट्या बाईसा-हेब — मग पुढं काय करायचं? [शेखरकडे पाहतो.]

शेखर : वाचायचं.

घेणेकरी : संपलं. सटवीचं संपलं. नव्हे, सखीचं.

शेखर : भैरवीचं वाचा.

घेणेकरी : मीच? बरं वाचतो. [वाचतो.] अग पेडे — नव्हे, नव्हे! वेडे — करायचं काय? या स्वयंभू — चुकलं, स्वयंभू कोतवालामागो — मा — ग (आलेल्या माधवला) पुढचं तुम्हीच पाहा बुवा. अक्षर लागत नाही तितकंसं. शिवाय सराव नाही. पण बाकी मजा वाटते.

[माधव नक्कल त्याच्या हातून घेतो.]

तर काय म्हणत होतो मी, चार महिन्यांच्या बिलासाठी —

शेखर : खात्रीनं इथं काहीतरी रहस्य दिसतं. ही रूपनगरची राजकन्या भैरवी तर नसेल? (उघड) भैरवीदेवी —

[माधव दचकल्याचा अभिनय करतो बायकी. शेखर नाटकी हसतो थोडासा.]

रूपनगरच्या गुप्त हेरांच्या नाजूक रहस्याचा भेद तर आम्ही केला! आता द्या शरणागती आणि चला मजबरोबर.

माधव : (भैरवीचा सूर) रूपनगरची राजकन्या सामान्य कोतवालाचा हुकूम मानीत नसते.

शेखर : कोण कोतवाल? चार चांदांचे सरदार आहो आम्ही!

माधव : याने भारावायला कुणा नाममात्र सरदाराची लाजरीबुजरी सरदार कन्यका नव्हे मी.

शेखर : तर मग बाईसाहेब, प्रेमनगरचा राजपुत्र आहे मी!

माधव : (लाजत) महाराज, हे आधीच जाणलं होतं आम्ही. गाणं.

शेखर : (एकदम ते गाणे म्हणतो.)

कोण या चटोर धीट कामिनी?
अरे या... ॥
रुपडे ज्यांचे हरिणीवाणी
परंतु उद्धट, चढेल आणि ।
हटेल, त्यांतून छटेल थोड्या
विलोल नेत्रीं अनंत खोड्या ।
अटकर बांधा, पारध धंदा
कोण अशा या अक्कलमंदा
गल्ली-गजगामिनी ॥
कोण या...

माधव : (जागा बदलून लांब जाऊन, चंडोलाच्या भूमिकेतले वाक्य म्हणतो.) आता या राजाच्या बेट्याला शोधायचा तरी कुठं? आपण तर हात टेकले! याला शोधू जाता दोन घोडे सापडले पण याचा थांगपत्ता नाही! [घेणेकरी आता हुशार होऊन बसतो उत्कंठेने.] हं, शेख्या, तुझा पुढला पीस म्हणून टाक.

शेखर : हा चंडोल आला. माझा गमत्या सरदार-मित्र! जिवाचा जिवलग पण जिभेला जिवलगाच्या लटक्या कुचेष्टेचीच रग! भोजनोत्तर तांबूलभक्षण आणि रणात रणकंदन एकाच रुचीनं करणारा! प्रसंग पडला तर जान देईल आणि प्रसंगोपात हसवून जीव घेईल! (मोठ्यांदा) मित्रा चंडोला, हा मी इथं आहे! उगाच का त्या बिचाऱ्या गरीब घोड्यांना सतावतो आहेस?

माधव : (चंडोलाच्या तुस्तपणे येत) घोड्याएवढ्या दोन स्त्रियांना सतावीत हा गाढव इथं का उभा आहे?

[घेणेकरी हसून लोळतो. शेखर आणि माधव पाहात उभे.]

घेणेकरी : (हसू आवरल्यावर) कमाल केलीत बुवा! आपलं तर हसून पोट दुखलं! आई ग!

शेखर : (निघत) बरंय महाद्या. मी आता निघतो.

माधव : अरे, पण तो पुढला पीस तेवढा—

शेखर : रात्री स्टेजवर!

घेणेकरी : म्हणजे संपली तालीम एवढ्यात?

शेखर : हो. रात्री नाटकाला या पुढलं पाहायला.

घेणेकरी : हे काय सांगणं झालं? अवश्य येणार आम्ही! कितीला आहे तुमचं नाटक?

शेखर : साडेआठ.

घेणेकरी : म्हणजे घाईच करायला हवी. [निघतो. आठवण होऊन थांबतो.] पण जरा थांबतो, झालं.

शेखर : (माधवला) अच्छा दोस्त. रातको मिलेंगे. काळजी सोड. नाटक हाणू तिघं मिळून प्रेक्षकांच्या काळजात. तू, मी नि शालिनी—

[जातो. घेणेकरी आणि माधव उरतात. घेणेकरी माधवकडल्या खुर्चीकडे येऊन तिच्यात ठाण मांडतो. माधव प्रयत्नपूर्वक स्मित आणून त्याला सामोरा होतो.]

घेणेकरी : हे पाहा टिकेकर, आमच्या पैशांना फार दिवस झाले.

माधव : (अस्वस्थ) दिवस कसे गेले, कळलं नाही.

घेणेकरी : दिवसांचा हिशेब नसला तरी चालेल. पण पैशाचा हवाच. काय? व्यवहार म्हणून आता अति झालं. अति तिथं माती. दर महिन्याला तुम्ही सबब सांगावी आणि आम्ही सबूर करावं असं होत आलं. आमचं तुम्ही जुनं गिऱ्हाईक. त्यात अलीकडल्या तुमच्या नाटकांतल्या कामांवर आम्ही फिदा. म्हटलं, देतील जरा सवडी सावकाशीनं. पण आता फार झालं. काय?

माधव : असं?

घेणेकरी : हो. फारच झालं. ते एकंदर सव्वादोनशे रुपये बिलांचे सहा महिन्यांचे, आणि हे दुसरे पाचशे मिळून सव्वासातशे झाले. त्यांत व्याज मिळवा पाचशांचं सहा महिन्यांचं!

माधव : आणखीही सहा महिन्यांचं जास्त मिळवा हवं तर! सहाएक महिन्यांत करतोच व्यवस्था!

घेणेकरी : (अर्थपूर्ण हसून) व्यवस्था कसली करताय, साहेब. तुमचं नाटकवाल्यांचं हे असंच चालायचं. तुम्ही सांगावं, आम्ही ऐकावं. पुष्कळ झालं हे. काय? आम्हाला पण आहे माहीत, तुम्हाला पण आहे. आता, म्हटलं तर आम्ही करू शकतो आरडाओरडा, बोंबाबोंब!

माधव : सकाळी केलीत की पुष्कळ. समजलं मला.

घेणेकरी : काय करणार? सकाळी बोलावलं होतंत तुम्ही आम्हाला. आम्ही आलो आणि तुम्ही नव्हतात. तुमची घरची माणसं समोर!

माधव : तेवढ्यापुरती तरी सभ्यतेची अपेक्षा होती.

घेणेकरी : आहात बोवा! अहो, तुम्ही नाटकवाले, आम्ही घेणेकरी. आणि सभ्यतेची बात कसली करता? द्या टाळी!

[माधव टाळी देत नाही.]

मुद्दामच तर आयडिया केली होतीत तुम्ही! भलत्याच आयडिया करता बोवा तुम्ही! बाकी आपलं डोकं तडकलं — खरं ते सांगतो.

माधव : आता माझं तडकवू नका.

घेणेकरी : वा गुरू! नाटकातलंच बोलताय की. तुमचं डोकं तडकायला काय झालंय? नाटकधंद्यातली माणसं तुम्ही. बारा गावचं पाणी प्यायलेली!

माधव : बाहेर व्हा!

घेणेकरी : (अचंबित) काय म्हणालात?

माधव : गेट आउट, आय से!

घेणेकरी : पण आमचे पैसे दिल्याबिगर—

माधव : गेट आउट!

घेणेकरी : (तणतणत जात) तमाशा करीन! देशोधडीला लावीन! बुडवी माणसं! प्रोफेसरांचे जावई म्हणून सहन केलं एवढे दिवस तरी. [बडबडत जातो.]

[माधव खूप अस्वस्थ. किंचित्काळाने दारावर टकटक.]

माधव : (चढलेल्या सुरातच) कोण आहे?

दादा : (दारावाटे डोकावून) आम्हीच. कोणत्याही प्रकारे तुमच्या मानसिक स्वास्थ्यावर आक्रमण करावं किंवा खाजगी जीवनात हस्तक्षेप करावा अशी यत्किंचितही इच्छा नाही आमची. तुम्ही म्हणत असाल तरच आत येतो.

[दादा येतात, धीरे धीरे. माधवसमोर फेऱ्या मारतात. त्यांची अस्वस्थता पाहून माधव जास्तच अस्वस्थ.]

दादा : आम्ही... काही बोललो... न राहवूनच... तर राग येईल किंवा...

माधव : नाही येणार.

दादा : आताच आपला पारा...

माधव : ते नकळत झालं. त्यात अर्थ नव्हता.

दादा : (उसासत) आनंदाची गोष्ट आहे. तर आपली परवानगी आहे असं समजून आम्ही काही...

माधव : बोला.

दादा : (फेऱ्या) आपला फार वेळ घेण्याची इच्छा नाही आमची.

माधव : हे आपला, आपण यायलाच हवं का?

दादा : असं आहे, लहान मूल झालं तरी त्याचा आदर ठेवावा असं आपली संस्कृती सांगते.

माधव : मी लहान मूल नाही.

दादा : ते झालंच. (मग संथपणे) फार बोलत नाही. थोडक्यातच आटोपतो. अनूची अवस्था तुम्ही जाणता. (माधव गप्प.) अधूनमधून हूं केल्यास तुम्ही ऐकताहात असं वाटेल आम्हाला.

माधव : हूं.

दादा : आता आमची ती मुलगी आहे म्हणून आम्हाला स्वतंत्र चिंता वाटणं नैसर्गिक आहे. भर्तृहरीचं वचनच आहे... परंतु जरा अलिप्तपणे पाहिलं तरी, तिला आता सहावा महिना चालू आहे.

माधव : हूं.

दादा : त्यात तिची प्रकृती बरी नाही. किंबहुना, असं म्हटलं तर ती तिळमात्र अतिशयोक्ती होणार नाही की तिची प्रकृती वाईट आहे.

माधव : (सक्तीने) हूं.

दादा : त्यातच, अशा अवस्थेत गर्भवतीला जे मानसिक स्वास्थ्य असणं आवश्यक, तेही विशेषसं नाही.

माधव : मुळीच नाही. [दादा पाहतात थबकून.] स्वास्थ्य म्हटलं मी.

दादा : तिला रात्र रात्र झोप नसते. परंतु ते एक वेळ शरीराच्या विशिष्ट अवस्थेचं अपरिहार्य वैशिष्ट्य असं म्हणता येईल. परंतु बारीक तापाचं तसं नाही.

माधव : परवापासून नाही तो.

दादा : डॉक्टर काल रात्री तपासून गेले. ताप होता असं त्यांना आढळलं. [माधवच्या 'हूं'साठी थांबतात. माधव स्तब्ध.]

माधव : (एकदम भान येऊन) हूं. बोला ना. [सिगरेट पेटवतो.]

दादा : कंटाळा येईल किंवा अधिक्षेप होईल तिथं खुशाल थांबवा. आम्ही निघून जाऊ.

माधव : असं बोलू नका.

दादा : तुमच्या भावना, विचार समजून घेण्यासाठी आमच्या परीने पराकाष्ठेचे प्रयत्न करतो आहोत आम्ही हे यदाकदाचित तुम्हाला पटलं नाही तरी खरं आहे. तुमचे विचार, आचार, अगदीच आमच्या कक्षेबाहेर जातात, तेव्हा अर्थातच आमचा इलाज नसतो. परंतु आमचा प्रयत्न मात्र असतो आणि तो प्रामाणिक असतो.

माधव : (नकळत खऱ्या कृतज्ञतेने) आभारी आहे.

दादा : (यांची स्थिती या उद्गाराने गोंधळलेली.) ही तुच्छताच असेल तर ती अर्थात समजू शकतो आम्ही!

माधव : मनापासून म्हणालो मी.

दादा : तुमचा चांगुलपणा. तशी अपेक्षा करण्याचा वास्तविक काहीच हक्क

नाही आम्हाला. कारण आमची मुलगी देऊन एक प्रकारे आम्ही तुमच्यावर मोठा अन्याय केला आहे.

माधव : नव्हे. मीच खुशीनं केलं सर्व.

दादा : हे तुम्ही म्हणालात तरच त्यात अर्थ. आमच्या दृष्टीने आम्ही तुमची जी काही असेल ती महत्त्वाकांक्षा गळ्यात वजन अडकवून पांगळी केली, तुमच्या असल्या नसल्या कर्तृत्वाचे पंख खुडले, तुमची जी काही असेल ती झेप हिरावली, असंच आता म्हणायला हवं. कारण तुम्हाला नसले तरी आम्हाला आमच्या मुलीचे गुणदोष माहीत होते. आम्हाला स्वास्थ्य हवं, स्थैर्य हवं, चाकोरी हवी. आणि त्या मर्यादेत मग जमेल तेवढं कर्तृत्व हवं. शिवाय, हे सर्व कितीही प्राप्त झालं तरी आम्ही असंतुष्ट ते असंतुष्ट. त्याला काही इलाज चालत नाही आमचा. (घसा खाकरून) तर—

[दारात अक्का.]

(सुरात हुकूम आणून) काय आहे?

अक्का : काही नाही. [फणकाऱ्याने आत निघून जातात.]

दादा : क्षणभर पुन्हा अध्यापनात असल्यासारखं वाटलं. असो. मुख्य मुद्दा अर्थातच तो नव्हे. तर आमची चूक आम्हाला कळते. परंतु तुमचीही तुम्ही जाणून घेणं—अर्थात ती असली तरच—आवश्यक आहे असं आम्हाला वाटतं. अर्थात हे तुमच्या दृष्टीनंच.

माधव : कुठली माझी चूक?

दादा : तुम्ही लग्नाला उभे राहिलात, ही. आमच्या तरुण वयात ती आम्हीही केली. परंतु त्याचे परिणाम निदान आमचे आम्हीच भोगले.

माधव : आणि माझ्या चुकीचे परिणाम तुम्हा सर्वांना भोगावे लागताहेत. [मागल्या खिडकीकडे जाऊन पाठमोरा उभा राहतो.]

दादा : नव्हे, नव्हे. आमचा विचारच करू नका. तुमच्या अर्धांगीला भोगावे लागताहेत. असं समजू की अपघातानंच ती आमची मुलगी आहे. तेव्हा त्याबद्दलचं जे काही मोल असेल ते आम्ही दिलंच पाहिजे. तुम्ही विचार करायचा तो तिचा. तुमच्या—आता म्हटलं तर विशेष घाईचं ठरणार नाही—तुमच्या मुलाच्या आईचा. विशेषत: सध्याच्या तिच्या नाजूक शारीरिक आणि मानसिक अवस्थेत. मघाशी तुम्हाला भेटून गेला त्या वाण्यानं सकाळी इथं बराच प्रसंग केला. बाकी सर्व सोडलं तरी तिच्या मन:स्वास्थ्याला तो हितकारक नव्हता. असे प्रकार—अतिशयोक्ती न

करता म्हणायचं तर — तूर्त बऱ्याच वेळा होत असतात. शिवाय, आईबाप झाले तरी लग्नानंतर त्यांच्यावर विसंबणं एखाद्या मुलीला नाही आवडत. थोडंसं अप्रिय बोलायचं तर, तेही अलीकडे तिला करावं लागतं. तिला नको असलं तरी आम्हाला करावं लागतं. रीत सुटत नाही ना! निदान नजरेसमोर तरी नाहीच. अशी ही मनाविरुद्ध एकमेकांत पाय बांधल्यासारखी अवस्था. तिला, तुम्हाला, तितकीच आम्हाला अप्रिय.

माधव : (खिडकीशीच सिगरेट ओढीत) झालं तुमचं बोलून?

दादा : हो... असंच म्हणायचं. खरं म्हणजे आम्हाला तुमचंच पुष्कळ ऐकायचं आहे. तेव्हा सांगा. आम्ही ऐकतो आहो. कोणतीही भीडमुर्वत ठेवू नका. संकोचाची आवश्यकता नाही. तेव्हा — [दोन्ही हातांत डोकं धरून एकाग्र होतात.] हवं तर फिरत सांगा. फिरण्यानं विचाराला गती येते. संगतीही येते. वर्गात फिरत लेक्चर देण्याबद्दल प्रसिद्ध होतोच आम्ही. इतर प्रोफेसर्स आम्हाला मास्तर म्हणत, पण मास्तर म्हणवून घेण्यात लाज कसली? मास्तर म्हणा, प्रोफेसर म्हणा, शेवटी ज्ञानाचे रतीब घालण्याचंच काम! (थांबून) तेव्हा ठीक आहे. हं. बोला!

[माधव पेचात. फारच अस्वस्थ. दादा तसेच एकाग्र बसलेले.]

माधव : (अखेर) सिगरेट्स संपल्या. मी जरा घेऊन येतो.

दादा : (निराशेने) ठीक आहे.

[तो चपला चढवून घाईने जातो. दादा उठून एक फेरी मारतात. अक्का येतात.]

अक्का : काय झाला उपयोग? अखेर दिल्यानी ना हातावर तुरी?

दादा : दिल्या असल्यास त्यांच्याच हातावर दिल्या आहेत त्या त्यांनी.

अक्का : मी काही आज नाही ओळखत त्यांना. अनूचं लगीन त्यांच्याशी करू नका असं तेव्हाच ओरडत होते मी. तिला सांगितलं, तुम्हाला सांगितलं, पण ऐकतो कोण? [खुर्चीत स्थानापन्न. शेजारी दादा बसतात.]

दादा : पश्चात द्रष्टेपणा नको. आता काय ते म्हणा.

अक्का : आता काय बोलायचं राह्यलंय आपल्याला? लोकच बोलतायत. गाव बोलून राह्यलंय आपल्या नावानं.

दादा : अहो पण आपल्या नावाचा काय संबंध?

अक्का : काय संबंध? लोक आपल्यालाच ओळखतात प्रतिष्ठित म्हणून. लोक माझ्या मुलीला ओळखतात, तुम्हाला ओळखतात, मला ओळखतात.

दादा : पण स्वत:ला ओळखत नाहीत. तेच फार वाईट आहे.

अक्का : हसण्यावारी घालवू नका. जळ्ळी परिस्थिती काय आहे आणि—

दादा : आम्ही हसल्याचं गेल्या अनेक वर्षांत कुणाला माहीत नाही.

अक्का : हो. म्हणजे छळते आहे मी तुम्हाला, हाल करते आहे तुमचे, असंच ना? तरी बरं, चांगलं मामलेदाराचं स्थळ सोडून बाबांनी मला इकडे दिली.

दादा : पुरे. फार वर्षं झाली त्याला. झाल्या गोष्टींचा शोक नको. तो आम्हालाही करता येईल. आताचं काय बोला.

अक्का : ते बोला तुमच्या जावयाशी. आमची कशाला त्यात अडचण?

दादा : तिच्याबद्दल कधीही तक्रार केलेली नाही आम्ही. आणि अडचण कशानं? चांगलं राजीखुशीनं लग्न केलं आम्ही तुमच्याशी. तेव्हा खुशाल बोला. [फेऱ्या.]

अक्का : बोलतेच. हे पाहा, त्यांना चांगलं हडसून खडसून विचारलंच पाहिजे आता. पुष्कळ झालं आंजारून गोंजारून. आज सकाळी झाला तसला तमाशा माझ्या साऱ्या औक्षात मेला नव्हता झाला. सगळी आळी ऐकत होती. आणि तुम्ही बसलात घरात लपून!

दादा : लपून नव्हे - आम्ही त्या य:कश्चित वाण्याशी काय युक्तिवाद करणार! आम्ही बोलू ते समजण्याची किमान बौद्धिक पातळीसुद्धा नव्हती त्याची!

अक्का : जसं काही संस्कृतात बोलणार होतात!

दादा : बोलणार होतो प्राकृतातच—

अक्का : मग का नसतं हो समजलं त्याला?

दादा : कारण आमचं आम्हालाच काय बोलावं ते समजत नव्हतं! [डावीकडल्या खिडकीत येऊन बसतात.] त्याचे पैसे तर द्यायचे होतेच. त्याबद्दल वाद होऊच शकत नव्हता. ते बरेच दिवस थकले हीही वस्तुस्थितीच होती. ते आज सकाळी देतो असं जावयांनी त्याला सांगितलं होतं हे आम्हीच आमच्या कानांनी परवा ऐकलेलं, तेव्हा ते नाकारण्यातही अर्थ नव्हता. मग मुद्दा काय राहिला? नाही म्हटलं तर आवाज जरा जास्त चढला होता त्याचा; काही शब्दही शिष्टसंमत म्हणता आले नसते.

अक्का : मग काय आणखी, धोंडे मारायला हवे होते त्यानं घरावर? सगळ्या आळीनं शोभा बघितली. असं कध्धी झालं नव्हतं. अगदी, तुम्ही मास्तर

होतात तेव्हा एवढे जळळले दारिद्र्यात दिवस काढले, पण दाराशी कुणाला कधी येऊ दिलं नाही मी. (डोळे टिपत) येऊ दिलं असलं तर सांगा.

दादा : तसे आम्हीही नाटक कंपनीत नव्हतो. तुलना आली म्हणून बोलण्याचा प्रसंग आला. मास्तरचा म्हणजे एकरकमी, ठरल्या तारखेला पगार. मग तो कमी का असेना. तसं नाटकवाल्यांचं नाही.

अक्का : काही नका ऐटवू नाटकवाल्यांचं असं नाही न् तसं नाही. [दादांना बोलावून जवळच्या खुर्चीत बसवतात.] तुम्हाला कळलं नसेल तर सांगते. जावयांबद्दल आळीत बोलवा आहे. क्लबात पण मी ओझरतं ऐकलं.

दादा : काय?

अक्का : त्यांचे न् त्या — कोण त्या — नाटकात काम करणाऱ्या शालिनीचे काही — आहेत म्हणे.

दादा : (हबकून पण प्रतिकार करत) काय आहेत? स्पष्ट काय ते बोला!

अक्का : अहो, अनू ऐकेल म्हणून घाबरते मी. तिला हे कळता कामाचं नाही. पोरीची परिस्थिती कसली नाजूक आहे! जावईबापूंचं न् त्या नटीचं काही 'तसलं' आहे म्हणे.

दादा : तसलं? (फारच अस्वस्थ होत) संभाव्य वाटत नाही.

अक्का : कसं वाटेल? मी सांगतेय ना! (नलू येते आतून.) पण हवं तर नलीलाच विचारा. तिच्यावर तरी आहे विश्वास? तुमचीच लेक बोलतेय. प्रत्यक्ष ऐकलंन तिनं!

दादा : (नलूला) काय ऐकलंस तू?

नलू : कुठं काय?

दादा : घ्या!

अक्का : कार्टे, तूच सांगत नव्हतीस, ती तुझ्या मैत्रिणीची आई आज काय म्हणत होती ते?

नलू : हं हं, ते होय. पण मी — नुसतं ऐकलं. मी काही नाही म्हणाले.

दादा : काय ऐकलंस?

नलू : मी — पण खरं-खोटं मला नाही माहीत हो दादा! मी ऐकलं नि गप्प राहिले.

दादा : पण काय ऐकलंस?

अक्का : सारं सांग. थांबा. अनूकडे मी जाते. नाही तर ती यायची इथं. ऐकायची पोर. जपलं पाहिजे तिला. त्याला नाही तरी आम्हाला आहे ना

काळजी! सगळं सांग त्यांना, नले.

[जातात. दादांच्या फेऱ्या चालू. नलू काय करावे हे न कळून इकडच्या खुर्च्या तिकडे सरकवून ठेवते.]

दादा : हं. बोल.

नलू : दादा मला खरंच काही माहिती नाही.

दादा : अग पण ऐकलंस तूच ना?

नलू : मग मी काय करू? मला ऐकावं लागलं. आताशी एकसारखं लागतं ऐकावं.

दादा : काय?

नलू : की — की भाईंनी आपल्या घराण्याचं नाव घालवलंय... प्रोफेसरांचा जावई नाटक्या झाला... झालंच तर.. झालंच तर...

दादा : हं. बोल.

नलू : झालंच तर ते ताईशी — पण दादा, मी नुसतं ऐकलं.

दादा : सांग सर्व. घाबरू नकोस.

नलू : ताईशी घटस्फोट घेणारायत. तिच्याबरोबर राहणाराहेत. त्या शालिनीबरोबर आणि ते दारू पितात, तोंडाला रंग फासतात. खूप वाईट वाईट गोष्टी करतात.

[दादा फारच केविलवाणे.]

भाई चांगले आहेत दादा!

दादा : हे बघ नले, हे तुझ्या आईला तू सांगितलंस त्याला तुझा काही इलाजच नव्हता. आम्हाला सांगितलंस हेही ठीक झालं असं आपण आता म्हणू या. मात्र हे तुझ्या ताईला, अनूला ऐकवू नकोस. तिला काही कळणं श्रेयस्कर नव्हे यातलं; काय समजलीस?

नलू : हो, दादा... नाही दादा... म्हणजे... म्हणजे... मी पुन्हा नाही सांगणार दादा... गळ्याशपथ...

दादा : पुन्हा म्हणजे तू तिला एकदा बोललीस?

[ती मान हलवते अपराधी भावनेने.]

का बोललीस?

नलू : दादा, राहवलं नाही मला... भाईंबद्दलच होतं सगळं... म्हणूनच मला राहवलं नाही...

दादा : म्हणून तू अनूला बोललीस. तिच्यावर त्याचे काय परिणाम होणं शक्य

आहे, याचा विचार तू केला नाहीस. अनूला हे कळलं; अर्थात त्याचा किमान त्रास तिला होतच असणार.

नलू : त्रास झाला तिला, दादा... फार झाला... (रडकुंडीला येऊन) दादा, तिनं रात्रीपासून औषधं घेणं टाकलंन, जेवलीसुद्धा नाही ती. केलेलं सगळं झाकून मला — मला म्हणाली, हे कुत्र्याला घाल जा. [तोंड लपवते.] दादा... तुम्ही तरी सांगा दादा भाईंना. ते सगळं करायला लावतील ताईला, मनात आणल्यानी तर... नक्की लावतील... त्यांच्याबद्दल फार वाटतं ताईला, दादा. [रडू लागते.]

दादा : (फेऱ्या.) आम्हाला जरा विचार करू देशील का थोडा? सुतासारखं सरळ गेलं आयुष्य. गुंता सोडवायची वेळच आली नाही. आता ते एकंदरीने नाही निभणार. अनूला सांगू म्हटलं तर काय सांगणार आम्ही तिला? कसं सांत्वन करणार तिचं? तेवढा अप्रामाणिकपणा आमच्यापाशी नाही. तिचं दु:ख योग्यच आहे. जावयांना तरी काय सांगायचं उरलं? त्यांचंही त्यांच्या दृष्टीनं ठीक असेल सारं —

[मधू येतो. नलूला खुणावतो. ती लक्ष देत नाही.]

मधू : (मग न राहवून) पण मी म्हणतो दादा, काय झालं एवढं त्यात? [दादा दचकतात.] म्हणजे झालं — तसं नाही म्हणत मी. पण मग कुणी काय करावं हे आपण कोण सांगणार? म्हणजे दुसरा म्हणतो मी? त्याला काय आपला तो हक्क? (दादा स्तब्ध.) म्हणजे दादा, चुकत असेल माझं! मला यात काय कळतंय म्हणा! मी म्हणतो, म्हणजे शेवटी आपल्याला हवं तेच आपण करत असतो की नाही? आपण म्हणजे — (आवंढा गिळून) आपण मोठी माणसं! म्हणजे अर्थात (आवंढा) तुम्ही! तुमचं नाही म्हणता येणार, पण आई — भाई — ताई — ही मोठी माणसं.

[स्वत:चा निर्देश करायचा धीर नाही. दादा त्याला खुणेने जवळच्या खुर्चीत बसायला सांगतात. तो बसतो. आणि चुळबुळत]

त्यापेक्षा सरळ मोकळीक द्यावी. म्हणजे मला एक गोष्ट आवडते. काय? इंग्रजी सिनेमा. ते मला आवडतात. आं? तर मला कुणी अडवलं तरी मी ते पाहणारच. म्हणजे मला ते दिसणारच असं म्हणतो मी. म्हणजे काय, की मी ते पाह्यल्याशिवाय राहणारच नाही. काय? कारण मला ते आवडतात. मग म्हणजे मी ते सरळ का पाहू नको? मी

म्हणतो, गोडीगुलाबीनं? म्हणजे माझ्या म्हणण्याचा अर्थ असा की भाईंच्या — (प्रयत्न सोडून उठून नलीकडे जात) जाऊ दे. जमलं नाही मला. पण आईपाशी तोंड उघडायची सोय नाही. ती बोलूच देत नाही. तुम्ही निदान तेवढं तरी करता. जाऊ दे.

दादा : थांब. काय म्हणालास तू? सरळ मोकळीक का नको? गोडीगुलाबीनं. हाही मुद्दा तसा विचारणीयच आहे. अखेर माणसं त्यांना आवडतं ते करायला न मिळालं तर दुसरं काहीतरी करणार.

मधू : (एकदम) एक्झॅक्टली. [मग जीभ चावतो.] माझं फार चुकलं का ग नले?

नलू : नाही रे. माझंच चुकलं. मी सगळं ताईला सांगितलं.

मधू : जाऊ दे. आपल्याला नाही तरी काय कळतंय यात? पाहतील दादा, आई आणि ताई काय ते. पण तुला सांगतो, अगदी वीट आलाय मला याचा. गेले कितीतरी दिवस रोज घरात आपले सगळे गप्प गप्प. भाई आले की सगळ्यांची तोंडं उलट्या दिशेला. आळीतल्या रिकामटेकड्या लोकांना प्रोफेसरांबद्दल बोलण्याशिवाय दुसरा विषय नाही. माझ्यापुरतं मी ठरवलंय, भाई आले की मी तर त्यांच्याशी बोलणार, हसणार, खिदळणार!

नलू : काय मजेदार गोष्टी सांगतात नाही रे भाई एकेक? हसून हसून पुरेवाट होते नुसती. पण अलीकडे मुळी घरीच फारसे नसतात ते!

[दोघे दादांकडे पाहून गंभीर होतात.]

दादा : (विचारातच ग्रस्त.) सगळं मोठं चमत्कारिक चक्र आहे...

[अक्का येतात.]

अक्का : ऐकलंत?

दादा : (दचकून) काय?

अक्का : अहो नलीला कशाकरता इथं पाठवून आत गेले मी?

दादा : (सावरत) अनू काय करते आहे?

अक्का : काय करणार? काम करतेय मुकाट्यानं. बायकांच्या जातीला ते कुठं चुकलंय? आजारी पडा, काळजीत असा, उपास करा, बाळंत व्हा, काम आपलं आहेच नशिबाला. त्यात अनू माझ्यासारखी आहे हो. नले, तू इथं काय करते आहेस?

नलू : तूच तर बोलवलंस मला इथं!

अक्का : संपलं ना सांगून सगळं? मग जा बरं आधी अनूकडे... मला जरा यांच्याशी बोलायचंय. तिनं चुकून ऐकलं तर त्रास व्हायचा पोरीला उगीच. [नली जाते आत नाखुशीने.]

(दादांजवळ कॉटवर येऊन बसून) काय ठरवलंत मग?

दादा : आम्ही कोण ठरवणार?

अक्का : अहो मग कोण हा मधू का नली ठरवणार?

दादा : ज्यानं ठरवायचं त्यानं केव्हाच ठरवलेलं दिसतंय. आम्ही फक्त पाहणार.

अक्का : आला तुमचा अध्यात्म! लग्नाच्या रात्रीपासून जळ्ळा ऐकतेय मी तो!

दादा : यात अध्यात्म कसला? जावयांनी ठरवलेलं दिसतंय एकंदरीनं सर्व.

अक्का : अहो, त्यांना ठरवण्याची अक्कल असती तर असला हा प्रकार कशाला केल्यानी असता?

दादा : किती नाकारलं तरी सत्य ते अखेर सत्यच. त्यांनी ठरवलेलं दिसतं.

अक्का : माझ्या पोरीचं वाटोळं करण्याचं?

दादा : ते मानण्यावर आहे.

अक्का : मी सांगते, मी मुळीच माझ्या पोरीचं बरंवाईट होऊ देणार नाही.

दादा : म्हणजे काय करणार आहात तुम्ही?

अक्का : काय वाटेल ते करीन! काय अशी तशी बाई वाटले की काय त्यांना मी?

दादा : त्राग्यापलीकडे विशेष काही करू शकालसं वाटत नाही तुम्ही.

अक्का : तुम्ही असं म्हणता? तुम्ही! मग पाहाच तर!

दादा : तेवढंच इतउप्पर करणार आहो आम्ही. जावईदेखील त्यांच्या परीनं थोडेफार विचारी आहेत. त्यांना त्यांच्या सहधर्मचारिणीबद्दल निदान सद्भावना तरी आहे. मूल व्हायचं असलं अद्याप तरी पित्याचं अंतःकरण त्यांना विधात्यानं दिलं आहे, असं मानून वाट पाहणार आहोत आम्ही.

अक्का : मी मुळीच नाही वाट पाहणार.

दादा : आमचे सगळे संकल्प नेहमीच आमच्यापुरते असतात.

अक्का : नाही वठणीवर आणीन त्यांना तर नावाची अक्काच नव्हे!

दादा : जून मनुष्य खऱ्या अर्थानं कधीही वठणीवर येत नसतो, असा अनुभव आहे आमचा.

अक्का : पाहाच तर आता!

दादा : ठीक आहे. दोन्ही डोळ्यांत मोतीबिंदू पडले तरच खंड पडेल त्यात. एरवी पाहातच आहो इतकी वर्षं.

मधू : म्हणजे नक्की काय करणार आहेस तू आई?

अक्का : जावईबापूंचे सगळे थेर बंद पाडणार! समजलास? यानंतर एकतर संसार नाही तर नाटक! अनूकरवी निकाल लावून घेणाराय आज मी या गोष्टीचा. काय पोरीची दशा झाल्येय माझ्या! नाटकं करायची असली तर सोड म्हणावं घरसंसार आणि हो कुठं तो चालता. आम्हाला जड नाही आमची पोर. पण संसार करायचा असेल तर नाटक आजपासून बंद झालं पाहिजे!

मधू : आजपासून म्हणतेस?

अक्का : हो हो, आजपासून.

मधू : मग बहुतेक...

अक्का : काय म्हणतोस? म्हण की, म्हण —

मधू : काही नाही. बहुतेक अनूला तुझ्याबरोबरच राहावं लाग...

[माधव आलेला दारात. सगळे चूपचाप. अस्वस्थ.]

माधव : (यातून प्रयत्नपूर्वक मार्ग काढत) रस्त्यात एक ओळखीचा इसम भेटला... हॉटेलात घेऊन गेला समोरच्या इराण्याच्या... बरं, तो ठार बहिरा. नको म्हणालो, तर काही केल्या ऐकेना. कारण त्याला ऐकूच जर येत नव्हतं तर तो ऐकणार तरी कसा? (मेव्हण्याकडे पाहत) बहिरी माणसं म्हणजे कठीण असतात.

अक्का : (दादांना) चला वर. (मधूला) चल रे.

[त्या दोघांसह निघून जातात. एकटा माधव उरतो. अस्वस्थ होऊ लागतो. सिगरेट पेटवतो. बसतो. अखेर मनाचा धडा करून आतल्या दिशेला पाहत हाक मारतो, "अनू —". दुबळी, अस्पष्ट हाक. कोणी येत नाही. पुन्हा धीर करून दुसरी हाक मारतो, "अनू —". ही जास्त स्पष्ट. नलू येते.]

माधव : (अपेक्षाभंग मुद्रेवर, सुरात.) तुला नाही हाक मारली मी!

नलू : काय हवं तुम्हाला ते पाहायला सांगितलंय ताईनं.

माधव : तुला सांगितलं?

नलू : हो. मीच होते म्हणून मला सांगितलं. काय हवंय? चहा करून देऊ? जेवणाला वेळ आहे अजून. भात मघाशीच शिजायला लावलाय. मग? चहा आणू?

माधव : (सिगरेट विझवून टाकत) म्हणजे काय होईल?

नलू : इश्श! मला काय माहीत! चहा घेतला म्हणजे बरं वाटेल.

माधव : आणि तरीही नाही बरं वाटलं तर?

नलू : मग जेवण होणारच आहे. भात लावलाय शिजत—

माधव : चहानं नाही बरं वाटलं तर भातानं वाटेल. असं?

नलू : चला! तुम्ही भारीच चेष्टा करता.

माधव : परवापर्यंत स्कर्ट नाही तर परकरात फिरत होतीस. गालगुच्चे घेतले तर भोकाड पसरून मोठ्यांदा रडत होतीस आणि आता इश्श आणि अय्या करायला लागलीस आजीबाईसारखी! अं?

नलू : इश्श! आजीबाई काय इश्श नि अय्या करतात?

माधव : हो. वयाच्या सोळाव्या वर्षी!

नलू : तुमच्याशी बोलू नये!

माधव : तुझ्यापेक्षा तुझ्या ताईला हे बरं जमतंय. [ती एकदम गंभीर होते.] काय करतेय ती?

नलू : ती—ताई ना? काही नाही. म्हणजे—म्हणजे काम—काम करतेय आत.

माधव : (उसासून) करू दे तिला. [खुर्चीतून उठून नाटकाला न्यायची बॅग उपसून लावत] ज्यानं त्यानं आपापलं काम करावं हेच शेवटी बरं. नाही का? [ती फक्त आवंढा गिळते.] पण दुसऱ्यानं त्याच्या इच्छेप्रमाणं त्याचं काम केलेलं सहन होत नाही एकेकदा आपल्याला आणि मग मस्करीची कुस्करी होते. [गंभीर झालेला.]

नलू : (अस्वस्थ) मी जाऊ का? ताईकडे?

माधव : गेलंच पाहिजे असेल तर जा. पण मी तुला खाणार नक्कीच नाही.

नलू : इश्श! असं कोण म्हणतंय?

माधव : तुझी आई म्हणत असेल. कदाचित दादादेखील! नाटक्या झालोय ना मी.

नलू : खरं सांगू का? लोक बोलतात. आणि मग आईसुद्धा बोलते.

माधव : (नलूला समोर बसवतो आपल्या.) बैस, बैस ना. [ती बसते.]

काय बोलतात लोक, असं विचारणार होतो तुला... पण ते विचारायला तरी कशाला हवं! मोठे मजेशीर असतात लोक. आवडीनं पाहतात. आणि आणि वर वाईट बोलतात. आवडीनं पाहतात त्याचे पैसे मोजलेले असतात ना त्यांनी? त्यामुळं वाईट बोलण्याचा हक्क असतोच त्यांना. रंगभूमीवर उभं राहून समोर पसरलेल्या त्यांच्याकडे क्वचित पाहताना वाटतं, आपण जिंकलंय यांना. यांचे स्वामी आहोत आपण. आपण म्हणू ते, मनात आणू ते, करवून घेऊ यांच्याकडून. माकडवाल्या माकडाप्रमाणं. (थांबून) पण प्रत्यक्षात केव्हातरी कळतं की आपण माकड आहोत आणि ते माकडवाले! एकेकदा वाटतं की, दावं तोडून मोकळं व्हावं! किमान मीपणासाठी! माकडाचं मीपण! असेल — माकड असेल. पण त्यालाही त्याचं वेगळं स्वत:पुरतं असणं नको का? का तेही विकलंय त्यानं कलेच्या आणि पोटाचा खड्डा भरण्याच्या बदल्यात? सांग! [ती गोंधळलेली.] म्हटलं ना, मोठे मजेशीर असतात लोक. आणि तसेच ते राहिलेले बरे. लोकांची करमणूक आणि आपलीही करमणूक! तुझी करमणूक होतेय की नाही? [ती घाईघाईने होकार आणि नकार यांच्या अधेमधे मान हलवते. त्याला हसू फुटते.] हो की नाही? [तिचा आणखीच गोंधळ. तो मोकळा हसतो.]

नलू : मला — मला काही कळत नाही त्यात. पण बरं वाटतं.

माधव : वाटतं ना? मग खूप आहे.

नलू : भात झालाय का पाहू का?

माधव : का? मला फार भूक लागल्येय असा समज झाला की काय तुझा माझ्या बोलण्यावरून? भूकच, पण आत्म्याची. तू विचारशील — मनातल्या मनात — हा आत्मा कुठं असतो? परवा मनमाडला 'अखंड सौभाग्य' नाटकासाठी गेलो होतो तेव्हा कुठल्याशा पिक्चरचा काही भाग बघितला मी. म्हणजे त्याच थिएटरात पिक्चर संपल्यावर घाईघाईनं आमचं नाटक उभं राहणार होतं — तर त्या पिक्चरमध्ये ती बाई आणि तो बुवा आलटून पालटून सुरावर म्हणत होती, ''मेरी आतमा की ये आवाज है — '' आणि ती दोघंही आलटूनपालटून हात दाखवत होती तिथं काय होतं माहीत आहे तुला? थिएटरच्या पडद्याचं ठिगळ! हे एवढं, चांगलं बचकेएवढं! तेव्हा आतमा ऊर्फ आत्मा बहुतेक थिएटरच्या पडद्यात असावा. ठिगळ मारून अडकवून ठेवलेला — आणि तिथंच तो बरा

असतो. त्यामुळे बाहेर नि:शंक — अगदी बेरड मनानं — आत्म्याशिवाय आपल्याला फिरता येतं. तुझा आत्मा तू कुठं ठेवतेस?

नलू : (लाजत) इश्श! मला काय माहीत!

माधव : तू तो पावडरच्या डबीत ठेवत जा. किंवा हवा तर भावगीतांच्या चोपडीत. ठेवशील ना? काय?

[ती त्याच्या समजुतीसाठी मान हलवते होकारार्थी. याचेही त्याला हसू येते.]

बाहेर जाताना गालांवर किंवा गाताना शब्दांत तो थोडासा दिसला म्हणजे पुरे — आवाज करण्यापुरता! आतमा की आवाज!

[ती हा विनोद समजून थ्रिल होऊन तोंडावर हात धरून हसते आहे.]

आणि लग्न झाल्यावर तो अडगळीच्या ट्रंकेत टाकून दे. म्हणजे एखाद्या हट्टी, जिद्दी नवऱ्याबरोबर आयुष्याची फरफट करून घ्यायला बरं. त्याला त्रास, तुला त्रास! त्रासच त्रास! संसार थिएटर्सचा महाभयंकर करमणूकप्रधान खेळ! या खेळात दोन जंगली जनावरं एकमेकांच्या गळ्यात गळा घालून एकमेकांचा गळा घोटतील! विद्यार्थ्यांना सवलतीचे दर, आळीतल्या कुलीन स्त्रियांसाठी बसण्याची वेगळी व्यवस्था!

[गप्प होतो. आत पाहतो आहे, अनू आहे तिकडे. अस्वस्थतेने धुमसतो आहे. मग चेवल्यासारखा होऊन नलूला.]

तुला एक गंमत माहीत आहे? माहिती करून घेण्याचा उत्साह आहे? [ती होकारार्थी मान हलवते.] चांगलं आहे, परवा राहुरीला आमच्या 'पाळण्याची दोरी'चा खेळ होता. कॉंट्रॅक्टर — [एकदम तो विषय नकोसा वाटून नवा विषय घेतो.] शेकडो, हजारो वर्षांमागची गोष्ट. खरं म्हणजे युगं लोटली त्या गोष्टीला! युगं म्हणजे काय, काल दुपारचीच गोष्ट किंवा परवा सकाळची. एकच ते. आमच्या क्लबच्या 'एका कोळियाने' नाटकाचा प्रयोग होता. मी सामान्य कुवतीच्या सरळमार्गी, सत्प्रवृत्त कारकुनाची भूमिका करीत होतो. पहिलाच प्रयोग... किंवा वाटल्यास शंभरावा... विनोदी पण गाभ्यात कारुण्यानं ओथंबलेली भूमिका होती... मला फार आवडलेली भूमिका होती... ती जणू माझ्यासाठीच जन्माला आली होती.

[अनू आतल्या दारावाटे यांत्रिकपणे आलेली आणि उभी. त्याचे लक्ष तिच्याकडे जाते. तो खळबळतो.]

माधव : अनू! [पुढे होतो. तिच्याकडे जातो घाईने आणि तिला धरतो.] अनुभा! [पुन्हा बेचैन. पुन्हा काहीसा केविलवाणा.] ये—ये ना. चाललीस का? ये अशी—[तिचा हात पकडून तिला आणून कॉटशी उभी करतो.] बैस. [ती उभीच. तिला सक्तीने बसवतो.] बैस म्हटलं ना. (मृदू सूर) बैस अशी. (तिच्या शेजारी बसत) या नलूची करमणूक करीत होतो जरा. कशी भराभर मोठी होतेय नाही ही? वर्षात केवढी झाली! फार—फार लौकर गेलं वर्ष आणि उशिरादेखील. त्या मानानं आधीची सात वर्षं—लग्नापासूनची आपल्या—आधीची असूनसुद्धा नंतरची वाटतात. हात-हात लावला की हाताला लागावीत. अं? तुला—तुला नाही वाटत? नाही वाटत? [उत्तराची वाट पाहणे न पत्करून एकदम एंटरटेनर होतो.] तर बरं का नलू, बरं का अनू, आज रात्रीची झलक! संयुक्त नटसंचाचं नवं, कोरं करकरीत, नाइलाजानं स्वतंत्र, काल्पनिक नाटक. कारण नाटककाराला इंग्रजीच येत नाही आणि वास्तववाद त्याला भिंतीवरच्या बाळाच्या कॅलेंडरापलीकडे समजत नाही. 'रूपनगरची राजकन्या'. हाऊसफुल्ल प्रयोग आहे मंडळी. नाटक काय, कसं आहे याचा विचार न करता प्रेक्षक मंडळींनी तार येणाऱ्या डोळ्यांनी पहाटेपासून थिएटरावर रांगा लावून तिकिटं खरेदी केली आहेत. (लवून) अन्नदात्यांचा लोभ आहे आमच्यावर. आम्ही उलटे उभे राहून नाचलो तरी मायबापांची करमणूक झाल्याशिवाय राहणार नाही. [तोंडाने घंटी वाजवतो.] तिसरी बेल. नांदी बाय भूगंधर्व शेखर सुखात्मे.

[नांदीचे सूर शेखरच्या नकलेसह आणि ऑर्गनवाल्याच्या, तब्बलजीच्या नकलेसह ऐकवतो. नलूची करमणूक होते आहे. ती खूप हसते आहे.]

आणि पडदा वर. [तो हाताने वर घालवल्यासारखे दर्शवितो. मग लवून मुजरा. त्यानंतर संकोचाचा आविर्भाव करून दुडक्या चालीने बाजूला जातो.] एंटर भैरवी अँड सखी. किंवा सखी आणि भैरवी. आयत्या वेळी जसं घडेल तसं. कारण या प्रवेशाची एकत्र तालीम यापूर्वी होऊ शकली नाही. रंगभूमीदेखील सैन्याप्रमाणे अलीकडे पोटावर चालते. सखी : मास्टर दत्ताराम पालशेतकर. भैरवी : स्वरकिन्नरी शालिनी सुभे—

[एकदम भानावर येतो. इथे अनू जागची उठून आत जाऊ लागते.]

अनू... (तिला अडवून धरून) अर्ध्यावरून उठून जायला हे काय नव्या लोकांचं प्रयोगशील नाटक वाटलं आपल्याला, बाईसाहेब? आमच्या

नाटकात वाटेल तेव्हा जाण्या-येण्याची मुभा फक्त पात्रांनाच असते. आणि क्वचित आगाऊ पैसे घेऊन मुळीच न येण्याचीही! [दत्ताराम पालशेतकरच्या पुरुषी स्त्रीपार्टी आवाजात हावभावासहित म्हणू लागतो.] अजून मागं फिरा छोट्या बाईसाहेब. रूपनगरची सीमा टाकून फार लांब आलो आपण. त्यात वेळ की नाही सूर्यास्ताची. आता एवढ्यात पाहा तो मेला सहस्ररश्मी त्या डोंगरटेकड्यांच्या आडोशामागं दडी देईल आणि नंतरच्या अंधारात मेला कोणता प्रसंग आपणा बाईमाणसांवर गुदरेल नि कोणता नाही! [लगेच भैरवीचा डायलॉग शालिनी सुभेदारच्या किनऱ्या मंजूळ सुरात सुरू करतो.] खरे, किती रम्य स्थळ आणि वेळ तरी!

[अनू निश्चयाने उठून वर जाण्याच्या दाराकडे जाऊ लागते. तिला जाऊन अडवतो.]

का चाललीस? बैस ना. तुला आवडलं नसलं तर — तर आपण — आपण वाटलं तर दुसरं काही बोलू. तुला — तुला आवडेल असं. किती दिवसांत मनमोकळे बोललो नाही आपण. बैस. (नलूला) की पत्ते खेळू या आपण नलू? अं? (अनूला) पत्ते खेळायला येतेस? त्यात तर काही बोलण्याचा प्रश्न नाही किंवा वाटलं तर तू बोल.

[अनू निघून जाते.]

अनू —

[ती गेलेली. मागोमाग तो दोन-चार पावले चरफडतो.]

नलू : (उठून बिचकत) मी — मी पण जाते.

माधव : जातेस? आईकडे जातेस? वर — जा! ती गेली. तू पण जा.

नलू : तसं नव्हे, आई मला —

माधव : रागावेल? की मारील? कदाचित खाईल. जा — वर जा!

[ती मनस्वी अंग चोरून वरच्या जिन्याकडे निघून जाते. जाताना एकदा घाबरटपणे त्याच्याकडे वळून बघते आणि जाते. तो कॉटवर येऊन बसतो. तरी राग शमत नाही. उद्वेग ओसरत नाही. फेऱ्या मारतो. पुन्हा बसतो. कॉटवर बेचैनपणे. या प्रसंगातून कशीतरी सुटका हवी आहे. आणि ती सापडत नाही. नाटकातला तुकडा म्हणू लागतो धडधडा.]

हे दोन घोडे मला चार का दिसतात? हा काही दृष्टिभ्रम अथवा दिव्यचक्षुचमत्कार तर नव्हे ना? या ऐन माध्यान्हीच्या उन्हात शिकारीचा माग काढीत आमचा मर्द तितकाच मठ्ठ मित्र हिंडोल मला हा असा

एकटा टाकून त्या तिकडच्या झाडीत मघा अंतर्धान पावला... पाहा ती झाडीसुद्धा कशी एकादशीच्या दिंडीसारखी उशी घेऊन नाचते आहे... एकदा इकडे... एकदा तिकडे.. ग्यानबा... तुकाराम... ज्ञानोबा... तुकाराम... ओहो! आणि हे घोडेदेखील कसे इस्तंबूलच्या पंख्यासारखे एकदा पसरत आहेत आणि परत मिटत आहेत... पसरत आहेत... मिटत आहेत... गोळी जरा जास्तच चढली वाटते!...

[पण याचा उपयोग नाही. अखेर बसून बोलू लागतो. बोलता बोलता शांत होऊ लागतो. प्रकाशयोजना फिकी निळी झाली आहे.]

माधव : तुला माहीत आहे शालिनी, ही माणसं माझी नव्हती! ही बायकोसुद्धा माझी नव्हे! केव्हातरी होती. आतापर्यंत वाटत होती. असेल, केले असतील मी अपराध तिचे. हजार अपराध केले असतील. हट्ट चालवला असेल माझा. पण मला मुळी गत्यंतरच नव्हतं. मी फार दु:खी झालो असतो. लग्न झाल्यापासून एवढी वर्षं नाही ती तिला तोशीस लागू दिली? तूच विचार तिला, दिली का कधी? घरात आहे की नाही कुणाला कळत नसे. पण एकदा एक गोष्ट केलीच पाहिजे, ती न करून चालणार नाही असं माणसाला वाटल्यावर, त्यासाठीच आपण आहोत असं एका क्षणी त्याला स्वच्छ दिसल्यावर, त्या गोष्टीनं त्याला भारावून टाकल्यावर, वेडं केल्यावर दुसरं काय करायचं, शालिनी? काय करायचं? काही आहे मार्ग, उपाय? मला गत्यंतर नव्हतं. खुशाल जा म्हणावं. एकटा जगेन. तुला सांगतो शालिनी, मी एकटाच जाईन. सवय आहे थोडी मला त्याची. आणखी होईल. आणि तुझी सोबत मला उमेद देईल. तुझी मला फार जरूर आहे, शालिनी. तुझी मला अतिशय जरूर आहे. मला तू हवी आहेस. मला कुणीतरी हवं आहे. तुझ्या आधारावर मी पुढं जात राहीन. मग मागं काहीही तुटो, मोडो... मी मागं पाहणार नाही. मी फक्त पुढं पाहतच चालेन. कारण त्यातच अखेर कमी दु:ख आहे. त्यातच अखेर... (एकदम सूर पालटून) नाही, मी सुखी आहे, मी खरंच सुखी आहे! मनासारख्या कलेच्या क्षेत्रात आहे मी. धडपड करतो आहे खूप. दिवस कसा उजाडतो, कसा मावळतो, कळत नाही. रात्री मढ्यासारखा झोपतो पाठ अंथरुणाला लागली की. विचार करायला वेळ नाही. खंत करायला उसंत नाही. वेग आहे मला. गती आहे. काहीतरी साधण्याचा एकसारखा प्रयत्न

आहे. शिवाय कितीतरी दु:खी, शिणल्याभागल्या मनांना माझ्या कलेच्या मदतीनं आनंद देतोय मी. रिझवतोय. तुला पत्रं दाखवीन एकेक — कृतज्ञतेनं भारावलेली, आनंदानं मोहरून लिहिलेली, आदरानं ओथंबलेली. काही (अडखळून) प्रेमपत्रंसुद्धा. लोकांना मनमोकळं हसवणं हे कमी पुण्य नव्हे. [उठून भूतकाळात येत] मराठी रंगभूमीचं नवं आशास्थान माधव टिकेकर... माधव टिकेकरांनी रंगवलेलं नाटक... माधव टिकेकरांचं नाटक 'एका कोळियाने'... माधव टिकेकरांचं... (मधेच उसळत) आणि मग — आणि मग सहकारी पद्धतीवर एक आदर्श धंदेवाईक संस्था चालवून दाखवणार आहे मी. हो. म्हणजे चांगली चांगली नाटकं. जुनी, नवी — खूप मेहनतीनं, जीव ओतून केली जातील. गुणी माणसं आहेत; इच्छा आहे. त्यांची काहीतरी चांगलं करण्याची तळमळ आहे. सगळेच काही ओझ्याचे हमाल नाहीत! पण आयुष्यं सरताहेत पोटावारीच निष्फळ धडपडण्यात. तडजोड. पावलोपावली तडजोड. आरंभ तडजोडीनं आणि अखेर तडजोडच! हे — हे सगळं थांबलं पाहिजे. थांबवू आम्ही हे. आर्थिक स्थैर्य! किमान तेवढं मिळालं तरी मरगळलेली मनं पुन्हा टवटवतील; शुष्क शरीरात नवा जोम सळसळेल. उद्याची चिंता — तेवढी चुकली तर घाण्याच्या जनावरांचे पाहता पाहता पुन्हा कलावंत होतील. आणि मग — आणि मग — [एकाएकी ओसरत जाऊन रिता होतो पार. भोवताली भ्रमिष्टासारखा पाहत पुटपुटतो.] शालिनी...

[दारात अनू येऊन उभी. मागल्या खिडकीत जिन्याशी अक्का.]

अनू : (सूर दृढनिश्चयी) मला बोलायचंय तुमच्याशी.

माधव : आश्चर्य आहे.

अनू : (अक्कांना) तू वर जा आई.

[त्या नाखुशीनेच जिन्यावर निघतात. पण तेवढ्यात तिला काहीतरी हलक्या सुरात बजावून जातात.]

माधव : (चिडून) मला ऐकायचं नसेल तर? कारण मघा मला बोलायचं होतं आणि तू न ऐकता निघून गेलीस. वर तुझ्या आईकडे!

अनू : (स्वत:ला आवरत) का घडलं असं, त्याचा विचार केलात?

माधव : कारण नजरेसमोरून अष्टौप्रहर फिरत असता वेगळा विचार तो कशाला हवा करायला?

अनू : कारण तुम्हीच आहात.

माधव : (वेडावाकडा उसळत) बरोबर. तुझ्याशी लग्न केलं हाच अपराध ना माझा? कुठल्या तरी एकमार्गी, मनपसंत सवयींच्या, पैसेवाल्या, व्यवहारचतुर माणसाची बायको व्हायचीस तू! मोटारीतून, निदान टॅक्सीतून फिरायचीस, क्लबांतून मिरवायचीस. मी तुला दुःखी केलं.

अनू : नव्हे, मीच माझ्या हट्टानं लग्न लावलं तुमच्याशी! घरच्या सर्वांचा विरोध असताना!

माधव : आणि त्यानंतर ते रोज ऐकवून दाखवते आहेस. त्यापेक्षा लावलं नसतंस तर उपकाराच्या एका नसत्या ओझ्यातून नसतो का सुटलो मी?

अनू : तुमच्यासाठी नाही केलं मी लग्न. माझ्यासाठी केलं. माझ्या इच्छेनं मी तुमच्याशी लग्न केलं.

माधव : कशासाठी केलंस?

अनू : सुखासाठी. आणखी कशासाठी करतात माणसं लग्न? माझ्या सुखाच्या कल्पना मोठ्या नव्हत्या; माफक होत्या त्या. वाटलं होतं की तेवढ्या नक्की पुऱ्या होतील. खात्री वाटली होती!

माधव : आणि नाही पुऱ्या झाल्या. हेच — हेच ऐकवायचंय ना?

अनू : तुमचा तेव्हाचा प्रसन्न स्वभाव, अंगची कला, विनोदाची हातोटी — वाटलं की गप्पांच्या एखाद्या रात्रीसारखं जाईल आयुष्य पाहता पाहता भुर्रदिशी उडून! तुमच्यासमोर मी कानांचा प्राण करून बसेन आणि तुम्ही पुष्कळ बडबड कराल — गुदगुल्या करणारी, हसवून बेजार करणारी, भान हरपवणारी, किती ऐकली तरी पुरेशी न वाटणारी, साथीच्या डोहात आकंठ बुडालो आहोत आपण असं वाटायला लावणारी!

माधव : (सुरात बदल) बैस तरी. [ती उभीच. आता तो खोचकपणे] बसून बोललीस तरी मला ऐकू येईल.

अनू : (किंचित कर्कशपणे) काही पाय मोडत नाहीत माझे. यानंतर असं पुष्कळ सोसायचंय मला. सोसतेच आहे.

माधव : (स्वतः बसत) सांगून पाहिलं. काही असलं तरी मी साधी माणुसकी सोडणार नाही.

अनू : मला नको आहे ती. मला माणूस हवा आहे तुमच्यातला, कुठं असला तर.

माधव : तुझ्या माहेरच्यांच्यासारखी अजून स्थिती झालेली नाही माझी. मी माणसातच आहे.

अनू : (कॉटवर त्याच्या समोर येऊन बसत) हे पाहा, माझ्या माणसांना नावं ठेवू नका.

माधव : का? मला त्यांनी ठेवलेली चालतात तुला?

अनू : नाही चालत.

माधव : चालतात.

अनू : नाही, नाही चालत. पण ऐकून घेते. (भरला गळा) काय करणार! तुम्ही कुठं असता जवळ. त्यांच्यामुळंच चालतं माझं. चालवावं लागतं! [हुंदका येतो मोठा. तो शर्थीने दाबते.]

माधव : (तिच्या शेजारी बसत) मी चुकत असेन — म्हणजे माझाही काही इलाज नसेल त्याला — नाहीच. असं होतं! निदान माझं झालंय असं म्हण हवं तर. म्हणजे दुसरं काही करता येणार नाही मला. नाही येणार!

अनू : आणि चाललंय हे गिळण्याची शक्ती संपत आल्येय माझ्यातली.

माधव : (प्रयत्नपूर्वक) पूर्वीसारखा घरात नसतो म्हणून कंटाळल्यायत होय राणीसरकार!

[त्यालाही कळते की हा प्रयत्न अगदीच केविलवाणा झाला.]

अनू : (दखल न घेता) माझ्यात आता बळ नाही उरलं. कसलंच. मी वेडी होईन. नाही तर — नाही तर बरंवाईट घडेल जिवाचं. निक्षून सांगते!

माधव : (स्तिमित. पण सावरत) सिनेमा पाह्यलेला दिसतोयस एखादा हिंदीतला! की एखादी रहस्य कादंबरी वाचलीस? माझ्या लहानपणी 'कालिकामूर्ती' म्हणून एक कादंबरी होती. मोठी भयंकर होती. ती रात्री जागून वाचली होती एकदा मी. का? तोंड का फिरवलंस? वीट आलाय माझा तुला? सांग ना सरळ!

अनू : तुमच्या विषयांतरांचा वीट आलाय मला. काहीही महत्त्वाचं सांगू जावं आणि तुम्ही तिसरा विषय काढून मला गुंगवावं. आता गुंगीही चढत नाही!

माधव : (उठून मागल्या खिडकीकडे जात) कशी चढेल?

अनू : तेच. कशी चढेल? पण हेसुद्धा तुमच्या ध्यानात येत नाही. डोळ्यांसमोर दिसतं तेदेखील कळत नाही तुम्हाला. (माधवकडे जाऊन)

आपला, आपल्या बाळाचा — तोसुद्धा विचार तुम्हाला अजून सुचत नाही.

माधव : (दुखावून) म्हणजे राक्षसबिक्षस समजलीस की काय मला? सगळे विचार सुचतात मला! मी करतो ते! त्यांची जाहिरात मात्र नाही करीत. आणि दुसरं माणूस ते करीत नाही असले आरोपही करीत नाही.

अनू : काय विचार केलाय तुम्ही? सांगा. काय तरतूद केली आहात त्याच्या आयुष्याची, त्याला चांगल्या तऱ्हेनं वाढवण्याची, शिकवण्याची, मोठं करण्याची? त्याच्या आईचा विचार वाटलं तर नका करू. तिनंच खुशीनं केलं लग्न तुमच्याशी. तिचं ती सोशील. पण त्याचा बिचाऱ्याचा काय अपराध तो आपल्या पोटी येतोय यात? साधी माझ्या बाळंतपणाची काही तरतूद केली आहे तुम्ही? आहेत घरात शिलकीला चार पैसे? असता तुम्ही तरी जवळ आधाराला? का येणार आहेत तुमच्या नाटकांवर खूश होऊन तुमचे कुणी प्रेक्षक माझ्या मदतीला धावून आपखुशीनं? (विकलपणे खुर्चीत बसत) तीन महिनेसुद्धा उरले नाहीत. डॉक्टर सांगतात, रोजचा बारीक ताप वाईट. मन समाधानी ठेवा. औषधं घ्या. वेळच्या वेळी खा. कसं? मनाला धक्का बसेल असं काही घडलं तर — तर मधेच काही घडेल असंदेखील दादांपाशी म्हणत होते ते! मी आडून ऐकलं. आणि असं रोज घडतंय! मला सांगा, अपेक्षा तरी किती आणि कसल्या धक्क्यांची ठेवू? मन घट्ट तरी कशाकशाकरता करू? काय काय ऐकू आणि न ऐकल्यासारखी बेशरमपणानं जगू? रोज दिवसा वाट पाहायची, रात्र एकदाची कधी पडते त्याची. आणि रात्री डोळे आढ्याला लावून झोपेविना तळमळत दिवसासाठी झुरायचं. आणि दिवस उजाडू लागला की अंगाला भीतीनं कापरं भरतं, धडकी भरते छातीत! पोटात गोळा उठतो! वाटतं, नको! नको दिवस उजाडायला! नको! रात्रच बरी. कुणास ठाऊक या नव्या दिवसात आणखी कोण दाराशी येईल, काय ऐकावं लागेल, कोणता प्रसंग वाढून ठेवला असेल आपल्यासाठी नशिबानं! पोटात बारीक कळ उठली तरी अर्धमेली होते मी. पुढं काय होणार, कसं होणार, या कल्पनेनं. मी म्हणते, माझं होईल कसंतरी. शेवटी आहेत माझी माणसं लाज राखायला माझी! कुठं जाणार ती? पण येणाऱ्या जीवाचं काय? काय आहे त्याच्यासाठी?

कशाला जन्माला घालायचं त्याला? वडलांच्या कलानंदात घुसमटण्यासाठी की आईच्या मनस्तापात तडफडण्यासाठी?

माधव : (उठून तिच्याकडे जाऊन, उभ्या उभ्या तिच्या केसांच्या बटेशी खेळत, हसण्याचा प्रयत्न करत) बरं का अनू, दिवाकरांची एक नाट्यछटा आहे 'चिंगी महिन्याची झाली नाही तोच.' तिच्यात वीतभर चिंगीला समोर ठेवून तिची आई बेत करते तिच्या लग्नाचे. काळा नवरा मिळणार नाही म्हटलं माझ्या चिंगीला, पिठासारखा गोरा मिळणार आहे! —तशी आमच्या येऊ घातलेल्या चिंग्याची आई उगीच आपली पुढच्या काळज्या करते आहे. [ती उठून उभी राहते जागची.] हे बघ, सगळे विचार चालले आहेत माझे. बेत आखतो आहे. प्रयत्नही चाललेत. [तिला बाजूच्या खिडकीच्या कट्ट्यावर बसवतो. स्वत: शेजारी बसतो.] बाळाची काळजी करू नकोस. मी आहे ना! परवाचा नाशिकचा खेळ झाला की तुझ्या हॉस्पिटलची तरतूद करतो. मनात योजूनच ठेवलंय मी!

अनू : आणि आज वाण्याला काय देणार आहात?

माधव : त्याला—म्हणजे काल रात्रीच्या खेळाचे पैसेच मिळाले नाहीत मला. त्यामुळे—

अनू : परवाच्या नाशिकच्या खेळाचे कशावरून मिळणार आहेत?

माधव : वा! तो कॉंट्रॅक्टर तसा नाही.

अनू : रात्रीचा तसा होता तरी का गेलात मग त्याच्या खेळात काम करायला?

माधव : अग पण आगाऊ कल्पना कशी असायची कोण काय करील त्याची? शिवाय त्याच्याबद्दल बरं ऐकलं होतं मी.

अनू : तसं नाशिकच्याबद्दल कशावरून ऐकलं नसाल?

माधव : (पोकळ हसत) कमाल आहे बघ तुझी!

अनू : आणि त्यानंही बुडवलं तरी तेरवा कुठल्यातरी नागपूरच्या नाही तर इचलकरंजीच्या कॉंट्रॅक्टरमागं जाणारच तुम्ही.

माधव : हे बघ, सर्वांना नाही म्हणून चालत नाही! आणि ते काहीही झालं तरी आजचा आमचा नवा खेळ सहकारी पद्धतीवर लावलाय आम्ही. हा क्लिक झाला की त्याचे निदान शंभर प्रयोग नक्कीच. म्हणजे त्यांचे पैसे येत राहतील घरात!

अनू : कधी? आज?

माधव : आजच कशी अपेक्षा करता येईल? इनीशिअल एक्स्पेन्सेस प्रथम भरून निघावे लागतील. त्यासाठी पहिल्या चार प्रयोगांत फुकटच कामं करतो आहोत शेख्या आणि मी —

अनू : आणि बाकीचे!

माधव : त्यांना कशी फुकट कामं करता येतील? पोटं अवलंबून असतात त्यांची नाटकावर.

अनू : आणि मग तुमची बायकामुलं काय काटे शिजवून खाणार आहेत दोन वेळा?

माधव : (सहनशक्ती संपून कुठेतरी जाऊन उभा राहत) तुझ्याशी मुळी काही बोलण्याचीच सोय उरली नाही!

अनू : आणि समजा, तुमचा हा खेळ पडला, तर? तर काय?

माधव : असाच विचार करायला लागलं तर काही करायलाच नको कुणाला! पण आम्हाला ठाम आत्मविश्वास आहे आजच्या यशाबद्दल! ह्या जोरावर पुढं आम्ही —

अनू : तुम्हाला पुरतो तेवढा; आम्हाला नाही पुरत. तुम्ही हवेत जगता. आम्ही जमिनीवर जगणारी माणसं आहोत.

माधव : तुम्ही म्हणजे तू आणि —

अनू : (ताडदिशी) माझी रक्ताची माणसं. माझे वडील, आई, भावंडं. (किंचित्काळाने) आज वाण्याचे पैसे द्यायला हवेत मला.

माधव : (खुर्चीत बसत) देईन मी ते.

अनू : (त्याच्याकडे जात, खुर्चीमागे राहून) कधी? वर्ष होऊन गेलं अखेरचे दिलेत त्याला! आणि नंतर दर महिन्याला मला सांगत होतात दिले म्हणून — न चुकता! उलट कर्ज काढलंत तुम्ही त्याच्याकडून.

माधव : तुझ्या नावावर तर नाही ना ते!

अनू : पण मी आहे ना तुमच्या नावावर! तुमचं नाव लावते. तुमच्या बिऱ्हाडात राहते. तुमचं मूल पोटात बाळगते.

माधव : (चिडचिडून) उपकार करतेस!

अनू : उपकार वाटेल तेव्हा थांबवण्याची मुभा असते माणसाला.

माधव : मग मी म्हणतो, थांबव ते. हवा तर — हवा तर मीच जातो कुठंतरी तोंड घेऊन!

अनू : मला माहीत आहे तुम्ही जायला फार उतावीळ झाला आहात ते. का ऐकवून दाखवता उगीच! (आवेग गिळून) जा कुठंही. तुम्हाला अडवण्याचं बळ माझ्यात नाही. माझ्या बाबतीत नाही अडवू शकले: आणखी कुणाच्या बाबतीतदेखील नाही शकणार. पण आजच्या आज मला कुठूनही हजारभर रुपये आणून द्या. वाण्याचे देईन त्यातून आणि उरलेले तीनएकशे घरात राहतील माझ्या गरजेला.

माधव : (हे उघडच त्याला कठीण आहे आणि अनूलाही हे ठाऊक आहे. तरीही) ठीक आहे. इतकंच तुझं म्हणणं ना? शेवटी तुला पैसे हवे होते!

अनू : हवं होतं पुष्कळ. हक्कानं मागण्यासारखं मात्र इतकंच उरलंय. (बजावत) देणार आहात ना तुम्ही हजार रुपये आज?

माधव : (करारी सूर जाणवून) म्हणजे प्रयत्न तरी करतो.

अनू : (मनोमन बरे वाटते. सूर मात्र तोच) प्रयत्न! प्रयत्नांनी गरजा भागत नाहीत.

माधव : (चडफडत) ठीक आहे. ठीकच आहे. स्वत:ला विकीन पण तुला पैसे आणून देईन! मग तर झालं! [उठून कॉटवर जाऊन बसतो.] पैसे — पैसे — पैसे! फक्त तेवढेच समजतात तुम्हा बायकांना.

[त्याच्यापुढे पेच उभा आहे हे त्याच्या हालचालींवरून दिसते.]

अनू : (अत्यंत हिशेबीपणाने) किंवा माझ्या नावानं दादांनी लग्नाच्या वेळी बँकेत ठेवले आहेत ते हजारभर रुपये काढू सध्या.

माधव : (एकदम वळून) मी तेच म्हणणार होतो.

अनू : पण लागलीच पुन्हा भरले जायला हवेत ते. घरात शिलकीला असे तेवढेच काय ते आहेत.

माधव : प्रॉमिस. मी भरीन ते.

अनू : तेही संपले म्हणजे पुरती कंगाल झाले मी.

माधव : पण मी सांगतो ना, मी भरीन! मग तुला का उगीच काळजी? मी नक्की भरीन. वचन देतो तुला. थोडी सवडच काय ती मला हवी होती, ती मिळाली म्हणजे झालं. चल. दे चेकवर सही करून. काढ, चेकबुक काढ. मी जाऊन काढून आणून देतो तुला पैसे.

अनू : (चेकबुक फडताळातून काढून आणून त्याच्या हाती देते. आणि हिशेबानेच) पण मला एक वचन हवं.

माधव : (संशय आला आहे.) कसलं?

अनू : यानंतर नाटकात काम नाही करायचं. पुन्हा नोकरी करायची. मी सांगेन दादांना दासगुप्तांना —

माधव : (चेकबुक फेकत उसळून) नाही, साफ नाही. मुळीच मान्य नाही मला हे! नाकबूल आहे. [तिरमिरीने मागल्या खिडकीकडे जाऊन उभा. तिच्याकडे रागाने पाहत] मला विकत घेऊ पाहतेस होय तू! तुझ्या मालकीच्या हजार रुपयांत! वा रे बायको! वा रे प्रेयसी! माझ्या मुलाची आई!

अनू : [तिला हे अर्थातच मनस्वी झोंबले आहे.] तुम्हाला बऱ्या बोलानं ताळ्यावर आणायचा प्रयत्न होता माझा. तुम्हाला आणि मला — सुखानं ...निदान बिनघोरपणानं जगायला मिळावं म्हणून खटपट होती सारी. पण तुम्ही नाही ती सफल होऊ दिलीत. तुम्ही ती सफल होऊ देणार नाही हेदेखील समजत होतं मला. पण वेडं आहे माझं मन. [विकलपणे कॉटवर बसते.] ठीक आहे. संपले माझे प्रयत्न. पण एक लक्षात ठेवा. आज तुम्ही नाटकाला जाल त्यानंतर — [गळा भरतो.] पुन्हा आपली भेट घडणार नाही.

माधव : (सावध होत) म्हणजे?

अनू : म्हणजे काहीही! घ्या, समजून घ्या हवं तर तुमचं तुम्हीच. नाही तर राहा अजून आंधळे. मी पुन्हा तुम्हाला दिसायची नाही. बोलावलंत तरी परत यायची नाही. मी खूप लांब जाणार आहे. जिथं देणेकरी माझ्या दाराशी ओरडणार नाहीत, आईवडलांच्या उपकारावर पावलोपावली जगायची पाळी माझ्यावर यायची नाही, एकटेपणी कुणीतरी येईल, यावं म्हणून रात्रभर तळमळावं लागणार नाही.

माधव : (बेफिकीर आणि सावध सूर) म्हणजे काय म्हणतेस तू?

अनू : माझा बाळ येईल माझ्याबरोबर. तो माझी सोबत करील.

माधव : (आता बेफिकीरपणा मावळलेला. तिच्याकडे येऊन) अनू, शुद्धीवर आहेस का तू?

अनू : बेशुद्ध तुम्ही आहात. पण तुम्हीही याल लौकरच शुद्धीवर. मात्र तेव्हा — [उमाळा दाबते] सारं संपलेलं असेल.

माधव : (तिला पकडून) विचार काय आहे तुझा? विचार काय आहे?

अनू : (सोडवून घेण्यासाठी धडपड करते.) काही नाही... काही नाही म्हणत

तर — काहीसुद्धा नाही! मला सोडून जा तुम्ही! एकटं राहू दे मला! एकटं राहू दे! [ती दोन्ही हातांत तोंड लपवून उठून आत जाऊ लागते.]

माधव : (तळमळून, घुसमटून) हा — हा न्याय नव्हे. अनू, हे खरं नव्हे. अनू, ही शुद्ध अडवणूक आहे, नाडणूक आहे! फार भयंकर नाडणूक आहे!

[ती गेलेली. तो कोंडल्या वाघासारखा इकडे तिकडे फिरतो. आदळ-आपट करतो. बसून सिगरेट शिलगावतो. पाहता पाहता शांत होतो.]

(निर्णय लागलेल्या सुरात) मी येणार आहे, शालिनी. आजचं नाटक होणार. नाटक होणार आजचं.

[उठून घाईघाईने नाटकाला न्यायची बॅग भरतो आणि ती बाहेर कुठेतरी ठेवून परत येतो. समाधानाने हात झाडतो. मग एकीकडे मनगटावरचे घड्याळ पाहून फसवणाऱ्या मृदू, पडखाऊ सुरात आतल्या अनूला]

अनू, मी नाही जात ग नाटकाला. तुझी शप्पथ नाही. झालं ना आता राणीसरकारांच्या मनासारखं? या तर मग आता हसत बाहेर. [हातातल्या घड्याळात अंदाज घेत आतून येऊ घातलेल्या अनूची वाट पाहतो आहे.]

[पडदा]

अंक तिसरा

[तेच स्थळ. मध्यंतरी सहा वर्षे गेलेली. तेवढे बदल दिसावेत. वेताचा एखादा सोफा वगैरे. माधवचा एक फोटो ठळकपणे दिसतो.

सध्या दादा कंटाळून खुर्चीत बसलेले. ते वैतागलेही असावेत. पलीकडे अक्का सोत्साह ऐकताहेत. एकीकडे रामभाऊ नावाचा पिकल्या केसांचा थोडासा नटासारखा दिसणारा वयस्क इसम उभा. कानाला अर्धी ओढलेली विडी. आणि मध्यभागी महाराष्ट्राचा आजचा यशस्वी सिनेमा डायरेक्टर पी. दत्ता उभा राहून काहीतरी सांगतो आहे. काळा. दोन-चार अंगठ्या, सोन्याच्या पट्ट्याचे रिस्टवॉच, सोन्याची बटणे असलेला सिल्कचा शर्ट, तसलीच उंची भडक तुमान, कातडी पट्टा आणि पायांत गोंड्याच्या कोल्हापुरी वहाणा. डोक्यावर स्ट्रॉ हॅट कायम. एका हातात सिगरेटचा टिन, दुसऱ्या हातात जळती सिगरेट. हा बसला की रामभाऊ बसतो. पुन्हा हा उभा राहिला की रामभाऊ उभा राहतो.]

पी. दत्ता : (सांगण्याच्या भरात) तर बरं का दादासाह्यब — बरं का अक्कासाह्यब —

दादा : (कितव्यांदा कोण जाणे) साहेब नको. अक्का.

पी. दत्ता : आयला सारी. पर असं कसं म्हनतायसा तुम्ही? आयसाह्यबांच्या स्टुडिओतली डिशिप्लिण हाय आम्हास्नी! काय रामभाव्?

रामभाऊ : (या कानापासून त्या कानापर्यंत लाचार हसत) तर!

पी. दत्ता : थितं बगा ष्टुडियोचं म्याणीजर होतं एक बरवे म्हनूनशान — असंल बगा गडी या ट्येब्लायवडा उच न्हवं हा रामभाव्?

रामभाऊ : (लाचार हसत) तितका तरी कुठला, कमीच! त्या स्टुलाएवढा!

पी. दत्ता : इक्ता कुटला, त्या ट्येबलायवडाच. तर बगा त्येला म्हनत बाबासाह्यब! आनि टेलर-शिंप्पी-शिंप्पी-दर्जी आपला भाऊसाह्यब!

मेस्त्री-कारफेंटर अप्पासाह्यब! रेकारडिष्ट चिमासाह्यब, टाय्मकिपर बाळासाह्यब आनि ज्येटमण-रकवालदार रावसाह्यब! तासाचं टोलबी रावसाह्यबच मारायचा!

रामभाऊ : आणि ते चायवाल्याचं राह्यलं!

पी. दत्ता : राह्यलं राह्यलं! आनि बगा चायवाला व्हता. राजे नाव त्येचं. त्येला समदे म्हनायचे, राजेसाह्यब, भडव्या एक चाय आन आदुगर. न्हाई तर टक्कुरं फोडतो बग!

[रामभाऊ खो खो हसतात ठसका लागेपर्यंत. अक्काही मग शक्य तेवढे हसतात. दादा कंटाळलेले.]

तसं अक्कासाह्यब.

दादा : (चिकाटीने) नको. साधं अक्काच म्हणा.

अक्का : अहो, पण मी म्हणते, म्हटलं तर काय झालं एवढं? म्हणा हो तुम्ही पी. दत्ताराव.

पी. दत्ता : (वाकून) थँक्यू. माय नेक्श्ट पिक्चर 'मंगलाष्टक'. क्लायमॅक्षचा शीण. दादासाह्यब, आदल्या शिणानंतर येतोय बरं का हा. म्हंजी, त्यो आदी न् मागुमाग हाच. आलं का ध्येनात? [उभ्याउभ्यानेच सायकल चालवण्याचा अभिनय करतो. अक्कांना] हिरो —

अक्का : (अंदाज करीत) हातगाडी ढकलतोय वाटतं.

पी. दत्ता : णो — णो — णो अक्कासाह्यब! णो! सायकल.

अक्का : असं असं. सायकल. (दादांना) सायकल ढकलतोय हिरो.

पी. दत्ता : ढकलत न्हाई अक्कासाह्यब! चालिवितोय. (दाखवतो.) रायडिंग. आनि तिकडूण समोरूण — (मोटारीचे घ्रुमणे, हॉर्नशिवाय.)

अक्का : विमान येतं!

पी. दत्ता : (यातनामय मुद्रेने) णव्हे, णव्हे अक्कासाह्यब! मोटार! मोटार येते! टाप ष्पीड! फाष्टम् फाष्ट येकदम! वटमधी येकदम! व्हिलण! (मोटार होत) आयी — गयी. (मग सायकल चालवण्याचे ॲक्टिंग करत) हिरो. (मोटारचा अभिनय — हा येताच रामभाऊ आपण होऊन मोटारचा आवाज काढतो.) व्हिलण. (सायकलचा अभिनय) हिरो. (मोटारीचा अभिनय) व्हिलण. (मग आलटूनपालटून) हिरो — व्हिलण — हिरो — व्हिलण. हिरो व्हिलण. हिरो व्हिलण. हिरो व्हिलण (जोरदार ब्रेक लावल्याचा जबरदस्त आवाज करत) आणि मुडदा!

[दादांना जांभई.]

अक्का : अहो जांभई काय देता? (रामभाऊकडून वारा घेत उभ्या राहिलेल्या पी. दत्ताला उमेदीने) कुणाचा मुडदा पडला हो पी. दत्ताराव?

पी. दत्ता : हिरो. क्लायमॅक्षचा शीण. हिचकाक टच आपला! सस्पेण्स! [सिगरेटची राख कुठे टाकावी या 'सस्पेन्स'मध्ये येतो.]

रामभाऊ : (अ‍ॅशपॉट शोधून एकदम ते घेऊन पुढे धावत) यात टाका.

[पी. दत्ता सिगरेटची राख त्यात टाकतो. रामभाऊ पुन्हा धावत अ‍ॅशपॉट मूळ जागी ठेवून कृतकृत्य उभा.]

पी. दत्ता : तर अक्कासाह्यब, क्लोझप मुडदा हा तिथणं कट टु हिराइण. कुक्कू पुसून टाकते. आनि हुंदका.

अक्का : (उत्साहाने) हो का!

[दादा अस्वस्थ फार.]

पी. दत्ता : क्यामरा प्यान टु तिच्या आयचा क्लोझप हुंदका. [हिरॉइनच्या आईचा हुंदका.] कट टु तिचा बा—हुंदका. मावशी—हुंदका. आनि भैन धाकली—हुंदका. बंगाली मसाला बगा! आता तिथणं क्यामरा फिरिवला का येकदम प्यान टू! [दादांवर 'फोकस' ठेवून गप्प होतो.]

अक्का : (न कळून) काय झालं? (दादांकडे पाहत) अहो, झोपता काय? पुढल्या सिनेमाची गोष्ट सांगतायत ना हे पी. दत्ता!

[दादा डोळे उघडतात.]

पी. दत्ता : पांड्रंग. विटोबा. आनि—

दादा : (विरक्तपणे) हुंदका. चला पुढे. (कशीबशी जांभई दाबताहेत.)

पी. दत्ता : (यातना) णव्हे, णव्हे दादासाह्यब! पांड्रंग कसला हुंदका देतोय? सायलेंट शाट. पांड्रंग. आनि थितणं आडवा घातला बगा पांड्रंगाला का येकदम आंदळा भिकारी. शॅड सांग. चाललाय—जातोय—ग्येला—का दि येंड! आपलं, समाप्त! [तृप्त होऊन घाम टिपत बसतो.] सप्लंच म्हना की. [रामभाऊ बसतो.]

दादा : (उठत, एकीकडे वर पाहत अस्पष्ट) जावयाची मुलाखत अजून चालूच आहे! [निघून अंगणात जातात.]

अक्का : भलतीच सुंदर आहे हो तुमची ही गोष्ट पी. दत्ताजीराव.

पी. दत्ता : (वैतागून) आयला रामभाव्, बाटमला ग्येली वाटतं प्यांट!

[रामभाऊच जास्त चिंताक्रांत. उठून खात्री करून घेत] न्हाई. पर अक्कासाह्यब, मादवरावान्ला सांगूण इ्याकपैकी सोफा-कम-ब्येड आनवायला सांगा बरं टुमारोलाच! ह्ये काय कोच का थट्टा!

अक्का : (अजिजीने) उद्याच आणायला सांगते.

पी. दत्ता : न्हाई तर आसंच करा — समदं घर रिफरणिश करूनशाण टाका! आयला, या काय भित्ती का ह्ये फरणिचर का काय! आँ?

रामभाऊ : अगदीच हे!

अक्का : (अजिजीने) जुने आहे. आता घेतील तुमच्या कृपेनं.

रामभाऊ : यांची कृपा म्हणजे प्रश्नच नाही!

अक्का : हो तर! यांची कृपा होती म्हणून तर ना जावयांना कालचा दिवस दिसला. कसलं ग बाई डोक्यावर घेतलं लोकांनी रात्रीचं यांच्या नव्या सिनेमातलं त्यांचं काम! जो तो बघा नुसता माधव टिकेकर... माधव टिकेकर करीत होता. दुसरा विषय नव्हता मेल्यांना. हसत केवढ्यांदा होते सिनेमा चालू असताना नि टाळ्या केवढ्या पिटत होते नि शिट्ट्या काय आणि एकदा इंटरव्हलला सिग्रेट ओढायला बाहेर गेले ना ते — आमचे जावई हो — तर त्यांना पाहायला हीऽ गर्दी! आत्ताच्या या तुमच्या नव्या मुडद्यांच्या सिनेमात आहे ना हो काम आमच्या जावयांना, पी. दत्ताजीराव?

पी. दत्ता : द्येऊ की.

रामभाऊ : यांचा वरदहस्त एखादा एखाद्याच्या डोक्यावर पडला की त्याचं सोनं झालंच! [लाचार हसतो.]

अक्का : पी. दत्ताजीराव, जावयांना तुम्ही अशीच चांगली महत्त्वाची कामं द्या हो! सारखे दिसले पाहिजेत पडद्यावर! बाकी छानच होती हो तुमची आताची गोष्ट. (दादांना उद्देशून) नाही का हो? मला तर ऐकतानाच कसंसं होत होतं.

रामभाऊ : अशी गोष्ट जगात झाली नाही आणि असा डायरेक्टरदेखील!

पी. दत्ता : हाय का नाय टाप ष्टोरी येकदम! आयला, वट न्हाय कुनाची. [मागेच रामभाऊ उभा.]

(जरा कडक आवाज) रामभाव्, हुबे काय ऱ्हायलायसा? अवं त्ये इव्हणिंगच्या सत्काराचं बगाय जा की!

अक्का : हो हो, जा बरं रामभाऊ!

पी. दत्ता : कामं पडलीत तिकडं ढीग आनि तुम्ही ऱ्हा बोंबलत हुबे हितंच!

अक्का : आत्ता सहा वाजतील! त्याला काय वेळ का लागतो? तीन तर वाजलेच!

रामभाऊ : (अक्कांकडे उग्र कटाक्ष टाकून पी. दत्ताला विनम्र सुरात) चुकलंच. हा चाललोच. [जाऊ लागतो.]

पी. दत्ता : आनि ह्ये बगा, बसणे जा. गाडी मला हवी.

[रामभाऊ हिरमुसला होतो. पण जातो.]

आयला, गडी जायचं म्हटलं कुटं का गाडीमागंच पडतोय बघा! ह्येच्या बाची गाडी का काय!

[वरून फोटोग्राफर कामत दडदडा जिना उतरून येऊन आत घुसतो आणि फ्लॅशने एक फोटो झडपतो. अक्का उशिरा गडबडीने नीटनेटक्या होऊ लागतात. पी. दत्ताने मात्र एक फर्मास पोज घेतलेली तेवढ्यातल्या तेवढ्यात.]

कामत : (पुढे येत) थँक्यू पवारसाहेब. बिलासाठी केव्हा भेटू?

पी. दत्ता : फोटो नाही काडून झाले तर बिलाच्या गोष्टी करा तुमी कामत! [कामत मख्ख हसतो.] काल रातच्या प्रिमिअरची प्रिंटं तयार केली?

कामत : रेडी आहेत.

पी. दत्ता : आनि वर मादवरावाण्चे सम्दे काडले? ठरल्यापरमाने?

कामत : यस्. (घाम नाजूकपणे टिपीत) साला भारी टाइम गेला.

पी. दत्ता : डोक्शीवर दोण हात धरूण नाच करन्याची पोझ? डॉन्स पोझ? कामिक? घेतली?

कामत : यस्.

पी. दत्ता : दाढी करतांणा? शेव्हिंग पोझ? आनि शिरशाषण पोझ? तंगड्या वर? झालंच तर त्ये—वयणी मादवराव कंभायन्? मादवराव सैपाक करत्यात? किचन पोझ? आनखी ती फ्यामिली पोझ? ती हवीच मादवराव, वयणी, त्यांचं पोर!

कामत : नको म्हणाल्या बाई.

पी. दत्ता : (जवळची वस्तू उचलून, जाणवावी एवढी आपटत) त्ये का?

अक्का : (अजिजीने) मोहन आजारीच आहे ना कालपासून. नातू आमचा. ताप होता त्याला. झोपलाय तो. म्हणून म्हणाली असेल अनू नको म्हणून.

पी. दत्ता : (नाराजीनेच गुरगुरत) आल रायट. खरं म्हंजी अक्कासाह्येब, फ्यामिली पिक्चर हाय आमचं. फ्यामिली पोझ हवीच पब्लिशिट्टीला.

कामत : बिलाला केव्हा येऊ पवारसाहेब?

पी. दत्ता : या उद्याच बंगल्यावर. मार्णिंगला या. प्रिंटं घेऊणशान या.

कामत : पेमेंट —

पी. दत्ता : हा हा, मिळंल! ग्लाशी पेपरवर हवी बरं का प्रिंटं समदी. आनि आज इवर्णिंगचा सत्कार बी त्येवडा तुम्हीच कव्हर करुण टाका. मादवरावांचा हाय. मिनिष्टर यायचा हाय. शार्प सिक्स. इसरू नगासा. कसं? शिटी हालवर हाय. त्याची बी प्रिंटं मार्णिंगला हवी.

[कामत 'यस्', 'यस्' म्हणत अंतर्धान पावलेला.]

अक्का : (अनू येते. वरून तिला) काय ग, संपलं वाटतं सगळं वरचं?

अनू : नाही. दादा कुठं आहेत?

अक्का : असतील बाहेर.

अनू : बाहेर काय करतायत उन्हात? [दाराशी जाऊन हाका मारते.] दादा — दादा, आत या बरं.

दादा : (येऊन) ती — वरची मुलाखत अजून —

अनू : चालूच आहे. संपेल आता. बसा ना तुम्ही. [आत जाऊ लागते.]

अक्का : अने, कुठं चाललीस?

अनू : काम पडलंय ना आत. सकाळपासून बाहेर बाहेर तर वेळ चाललाय.

अक्का : अग हो. आता काय, थोड्या दिवसांनी स्वैपाकी ठेवशील तू. सैपाकाला स्वैपाकी, घरकामाला नोकरचाकर, फिरायला मोटारगाडी.

अनू : चल. काहीतरीच. [आत जाऊ लागते.]

पी. दत्ता : काय वयणी, सत्काराला येताय णव्हं तुमी इवर्णिंगला? साडीबिडी हाय का ण्हाई फस् क्लास? जारजेट, अरगंडी, शिफॉण? नसली तर चला. घेऊण द्येतो दोण-चार. गाडी हाय आपली.

अक्का : (हुरळत) अग, म्हणतायत तर जा त्यांच्याबरोबर.

अनू : (घाईने) नको. हे बघा माझं नक्की सांगता येत नाही मला संध्याकाळचं.

पी. दत्ता : (गुरगुरत) त्ये का?

अनू : मोहनला बरं नाही. आतासुद्धा ताप आहे त्याला. तेव्हा कदाचित —

पी. दत्ता : (अनपेक्षित ठामपणे) णो णो — यू मष्ट कम!

अनू : (सौम्य पण ठाम सूर) मोहनच्या तब्येतीवर अवलंबून आहे सगळं.

अक्का : अग पण चल, एवढा आग्रह करतायत तर! उगीच का कुणी आग्रह करतं? आपुलकी आहे म्हणून म्हणतायत ते.

पी. दत्ता : फ्यामिली ष्पिरिट! फ्यामिली पिक्चरं असत्यात णव्हे आमची!

अक्का : मोहनला असू दे घरी. (दादांना) तुम्ही राहा हो त्याच्या सोबतीला.

अनू : आई, तो माझ्याशिवाय नाही राहायचा. (पी. दत्ताला) येण्याचा प्रयत्न करीन मी, तरीही —

अक्का : अग, माधवरावांचा सत्कार आणि तू तिथं नसून कसं चालेल? एवढे मोठे मिनिष्टर यायचेत तिथं. झालंच तर नटनटी जमायचे आहेत. फोटो निघायचे आहेत. एवढा खर्च केलाय दत्तारावांनी! क्लबातल्या बायकांना पण बोलावलंय मी मुद्दाम आणि तू नसून कसं चालेल? [तेवढ्यात आलेल्या ड्रायव्हरशी पाठमोऱ्या बोलणाऱ्या पी. दत्ताला ऐकू न जाईल अशा तऱ्हेने तिच्या कानात] अग, कांट्र्याक्ट व्हायचंय ना माधवरावांचं यांच्याशी मोठ्या मुदतीचं? मग असं दुखवून कसं चालेल बरं सारखं? ते काही नाही. मोहनबरोबर हे राहतील घरी. (दादांना) राहा हो तुम्ही घरीच संध्याकाळी. आणि अने, तू चलच बाई सत्काराला.

पी. दत्ता : (ड्रायव्हरला पाठवून देऊन पुटपुटत येतो.) आयला, ह्ये डायवरबी काय भ्येटलंय...

[अनू आत निघून गेलेली.]

अक्का : दत्तोपंत, तुम्ही काही काळजी करू नका. मी आणते अनीला सत्काराला संध्याकाळी. दोघांना घेऊन येते. माधवरावांना आणि तिला. बरं?

पी. दत्ता : थँक्यू, अक्कासाहेब. मी निगतो आता. बंगल्यावर जाऊण बाथ घेऊणशान तिथणं बगा हालवर जाऊणशान समदी प्रिप्रेशाण सुपरवाइझ कराय हवी. मिनिष्टरला फोणबी द्यायचा हाय.

अक्का : हो हो. चला तुम्ही — चला!

पी. दत्ता : (गेलेला परत येऊन) इसरलोच होतो. मादवरावाण्ला म्हणावं, इवणिंगचं भाषण इणोदी हवं. सिर्यस नको. पब्लिक हसलं पायजेल.

(जाऊन परत येऊन) आणिक ते ह्ये आपलं काय त्ये—ष्टुडिओची गाडी यील सत्काराला न्ह्यायला.

अक्का : हो, हो. मी पाहते ते सगळं. करते. या तुम्ही!

[तो जातो.]

भाग्याची हो पोर माझी अनू! (उसासून) नाहीतर जळलं आमचं औक्ष! ना कसली हौस का मौज. ठिगळाला ठिगळं जोडून चार पैसे जोडले तेव्हा उतारवयात कुठं डोकं टेकायला हे हक्काचं घर झालं!

दादा : (बाजूच्या खिडकीत बसलेले.) मग तुमचं म्हणणं काय? आम्ही सिनेमाला जायला हवं होतं?

अक्का : हवं होतं नि नको होतं! घेणार होतं कोण तुम्हाला सिनेमात या असल्या चेहऱ्यानं? सदा चेहरा हा असा—जगाचा घोर डोक्यावर असल्यासारखा.

दादा : निदान आमचा स्वत:चा घोर आहेच. रात्री सिनेमाला येत नाही असं परोपरीनं सांगितलं आम्ही! पण आम्हाला नेलंत!

अक्का : काय बिघडलं हो, मी म्हणते, एवढं त्यात? सिनेमा काही वाईट नव्हता रात्रीचा.

दादा : आमच्या या आयुष्यात इतका महामूर्खपणा आम्ही एकत्र पाहिला नव्हता.

अक्का : काय म्हणता? महामूर्खपणा? म्हणवतं तरी कसं तुम्हाला? एवढी नावं ठेवता तुम्ही, तर तो पी. दत्ता काय असला तसला माणूस आहे? महाराष्ट्राचा यशस्वी दिग्—काय तो—आहे म्हटलं तो.

दादा : आम्हाला ते माहीत नाही. पण तो स्वत:बद्दल अकारण मोठ्या कल्पना बनलेला एक असंस्कृत, अशिक्षित आणि एकंदरीनं तद्दन आचरट माणूस आहे, एवढं मात्र ठाम मत बनलं आहे आमचं.

अक्का : बाई ग बाई! काही जिभेला हाड! एवढ्या मोठ्या माणसाबद्दल असं बोलता? काही वाटत नाही जिवाला? एवढे लोक त्याचे सिनेमा पाहतात ते काय उगीच?

दादा : होय.

अक्का : होय काय होय? जावईबापूंना एवढा चान्स दिलान् त्याचे उपकार असे फेडा!

दादा : ते आमच्यावर उपकार आहेत असं समजत नाही आम्ही. शिवाय,

कोणताही सुसंस्कृत, सुबुद्ध माणूस वेडेचार करायला तयार झाला तर त्याला पाहायला गर्दी जमते.

अक्का : काय म्हणालात? म्हणजे जावई वेडेचार करताहेत!

दादा : काल पडद्यावर आणखी काय केलं त्यांनी?

अक्का : अहो, विनोदी काम होतं ते.

दादा : आम्हाला हसू आलं नाही.

अक्का : तुम्हाला हसू येतं कधी? लग्नापास्नं जळ्ळा हा अस्सा आंबट चेहरा पाहातेय मी.

दादा : त्याला सबळ कारण होतं.

अक्का : म्हणजे मी! म्हणा हवं ते!

[पदर डोळ्याला लावतात. मधू आलेला वरून.]

दादा : काय मधुकरराव? संपलं वरचं?

मधू : नाही अजून. मला कंटाळा आला म्हणून आलो.

अक्का : तुला दुसरं काही येत असेल तर ना! धड बी.ए. होणं जमलं नाही, एक नोकरी टिकवणं जमत नाही, रीतीसारखं घरात वागता येत नाही. वाचणं आणि कंटाळा एवढंच येतं तुला.

दादा : तुमच्या त्या पी. दत्ताला वाचतादेखील येत नाही, त्यापेक्षा बरं म्हणतो आम्ही.

अक्का : अहो, त्यांना मी म्हणते सिनेमा तरी काढता येतात, पैसे मिळवता येतात. एवढी तरी आहे का तुमच्या या लेकाला अक्कल?

दादा : त्याच्या दैवात असले तर मिळतील त्यालाही पैसे.

अक्का : दैवात असायला अंगात असावं लागतं म्हटलं.

दादा : (फेऱ्या घालत) आमचाही विश्वास होता तसा. पण कालपासून आमचा गैरसमज दूर झाला आहे.

मधू : जाऊ दे ना दादा. आईच्या शिव्या मी रोजच खातोय. त्यापायी आणखी तुमच्यात नवं भांडण कशाला? बोल तू आई.

अक्का : माझंच तोंड दुखणार. काही परिणाम झालाय का तुझ्यावर मी बोलून?

मधू : (अभावितपणे दादांच्या पद्धतीने) मला वाटतं, कुणीच बोलून तो होणार नाही.

अक्का : एक आई आहे दोन वेळा गिळायला घालायला. वडील घालतायत लेकाचे दोष पाठीशी, तोवर नाही व्हायचा परिणाम. मग होईल.

मधू : अशी आपण आशा करू या.

अक्का : पाहा कसा बोलतोय तो वर!

दादा : मधुकर, शांतता अधिक बोलकी असू शकते.

मधू : होय, दादा.

[दोघे गप्प. गंभीर, अक्का याने अस्वस्थ.]

अक्का : (अखेर धुमसत) हे — हे करता तुम्ही दोघं, मला वेडी ठरविण्यासाठी! पूर्वी एक होते, आता एकाला दोघे झाले. जणू बोलते म्हणून मीच खुळी! खूळ लागलंय मला! डोकं फिरलंय माझं! (तावातावाने) जातेच कशी मी इथून.

[आत जातात तरातरा. दोघे पाहत राहतात निर्विकारपणे.]

दादा : (मग कोचात बसून) मधुकर —

मधू : (कॉटवरून) काय दादा?

दादा : काल रात्रीचा चित्रपट तुला कसा वाटला? तू नेहमी पाहतोस म्हणून विचारतो.

मधू : भिकार वाटला. रात्रीपासून सांगायला पाहतोय्. पण कुणी ऐकायला तयार नाही.

दादा : जावयांचं काम?

मधू : त्याबद्दल न बोललेलंच बरं. पण बोलायचंच तर, भयंकर झालं. पण बोलून काय उपयोग? ते आता पॉप्युलर झालंय ना. आणि पॉप्युलर झालं म्हणजे संपलंच.

दादा : पी. दत्ता या माणसाविषयी तुझं थोडक्यात काय मत आहे मधुकर?

मधू : त्याला मुंबईला गिरणीत साचा चालवायला पाठवायला हवं.

दादा : किंवा? दुसरा एखादा उजवा पर्याय?

मधू : मंडईत बटाट्याचा गाळा उघडून द्यायला हवा.

दादा : एकूण तू तरी सुबुद्ध आहेस.

मधू : म्हणूनच दादा, मला वाटतं, मी निरुपयोगी आहे.

दादा : माणसानं निरुपयोगी असणं हा गुन्हा नव्हे. निदान असलाच तर तो कमी गंभीर स्वरूपाचा गुन्हा आहे. त्यानं निर्बुद्ध असणं हा मात्र फार गंभीर स्वरूपाचा गुन्हा आहे. इंडियन पीनल कोडखाली दंडनीय ठरवायला हवा तो. पण ते शक्य नाही. तेव्हा ठीकच आहे.

मधू : पण मला एका दृष्टीनं कौतुक वाटतं आपल्या भाईंचं.

दादा : कौतुक?

मधू : हो, कौतुकच.

दादा : ते कशाबद्दल?

मधू : सहनशक्ती पाहा ना केवढी. कालच्या सबंध पिक्चरमध्ये त्यांनी काम केलं. पी. दत्ता या उजेड आणि अंधार देणाऱ्या आणि वृक्षवेली, नद्या-पर्वत निर्माण करणाऱ्या, तसंच रोजचा घास देणाऱ्या इसमाच्या इच्छेबरहुकूम उड्या मारल्या, तोंडं वेडीवाकडी केली, घसरून तीनदा आपटले, कंबर हलवून एक भयंकर नाच सबंध तीन मिनिटं कोणाच्या तरी गाण्यावर केला, उघडेबंब कॅमेऱ्यासमोर आले. (उठून फेऱ्या घालत) किमान पन्नास हास्यास्पद वाक्यं बोलले. ओतकाम होऊन पुढलं खोदकाम राहून गेल्याप्रमाणे दिसणाऱ्या त्या काळ्याकुळकुळीत भयंकर बाईबरोबर प्रेमाचे सीन केले. आणि वर पुन्हा हे सारं आपल्याबरोबर बसून काल रात्री शांतपणानं पाहात होते! आणि इतकं कमी झालं म्हणून की काय, आज पुन्हा सकाळपासून त्या मुलाखती. आपली महत्त्वाकांक्षा भारताचे चार्ली चाप्लिन होण्याची आहे की डॅनी के? आपल्या कलासाधनेची सुरुवात साधारणत: केव्हापासून झाली? आपण भारताचे गृहमंत्री झालात तर प्रथम काय कराल? आपल्या आयुष्याचं तत्त्वज्ञान साधारणत: सात विनोदी वाक्यांत सांगा. पी. दत्ता यांच्या कुशल आणि कल्पक दिग्दर्शनाची आपल्याला आपल्या उत्कृष्ट भूमिकेच्या यशात किती मदत झाली? आणि ते फोटो, डोक्यावर दोन हात धरून नाचताना, दाढीचा साबण फासलेल्या तोंडानं हसताना, शीर्षासन घालताना, स्वैपाक करताना. हॅ:! आपण तर निदान दोन खून केले असते. [दादांपलीकडे कोचात दादांसारखाच दोन्ही हात डोक्यावर घेऊन बसतो.]

दादा : कुणाचे?

मधू : एक पी. दत्ताचा आणि दुसरा स्वत:चा.

दादा : तरी पण आणखी अनेक पी. दत्ता राहणारच. फार झालेले दिसतात ते हल्ली.

मधू : हो. ते खरंच.

दादा : तरी पण एकंदरीने तू बराच सुबुद्ध दिसतोस, मधुकर.

मधू : पण उपयोग काय? मी निरुपयोगी आहे.

दादा : आमचं पेन्शन येतं आहे तोवर त्याची तुला फारशी चिंता नको. नंतर मात्र तुला विचार करावा लागेल.

मधू : पुढचं पुढं.

दादा : तेही ठीकच आहे एक प्रकारं. कारण पुढचा विचार करून उपयोग नाही. काळ मोठा फसवा आहे. काल जे होतं ते आज नाही. आणि उद्या काहीतरी निराळंच घडणार आहे, काहीतरी अतर्क्य. भविष्यकाळात कोण मूर्ख ठरणार आहे आणि कोण शहाणा, ते आज सांगणं शक्य नाही. उदाहरणार्थ, जावई.

मधू : त्यांचं काय दादा?

दादा : आम्हीच त्यांना मूर्ख म्हणत आलो. म्हणजे प्रत्यक्ष नव्हे, तरी गोळाबेरीज तीच होती. आणि आम्हीच त्यांना आज शहाणे म्हणतो. थोडक्यात आम्ही आम्हालाच मूर्ख म्हणतो. आणि तेही सुखानं. आनंदानं. उत्साहानं.

मधू : आईबद्दल बोलताय तुम्ही.

दादा : नावांनी तात्त्विक विवेचनाला उगीच मर्यादा पडतात. शिवाय ती फार लांब नाही.

मधू : बरं, दादा.

[अनू चहाचे कप उचलण्यासाठी येते.]

अनू : तुम्ही झोपला नाहीत, दादा? वर आहेतच वाटतं अजून ते?

[दादा फेऱ्या घालताना फक्त मान हलवतात.]

मग थांबा हं, मी त्यांना खाली येऊन बसायला सांगते.

[दादा फक्त 'उंहूं' 'उंहूं' करत जोराच्या फेऱ्या घालतात.]

पण मग असे किती फिरणार तुम्ही?

['जाऊ दे' असा चेहरा करून दादांच्या आणखी फेऱ्या.]

जा रे मधू, यांना हळूच म्हणावं, संपलं नसलं तर खाली येऊन बसा.

दादा : (फेऱ्या घालत) नको! किंवा सांगा झालं हवं तर.

अनू : (मधूला) जा, सांग जा.

[मधू जातो निघून वर. ती इस्त्रीसाठी कपडे घेऊन इस्त्रीची तयारी करत]

तुमच्यावर खूप ताण पडलाय कालपासून...

दादा : (फेऱ्या) चालायचंच.

अनू : आईचा नाही तरी आग्रह भारीच.

दादा : (हातानेच) असू दे, असू दे! (फेऱ्या.)

अनू : मला माहीत होतं, तुम्हाला नाही आवडायचा रात्रीचा सिनेमा!

दादा : (थांबून वळत) तुला आवडला?

अनू : (दचकून) अं? (मग) मला काय कळतंय त्यात? खरं म्हणजे घरात राहून पार गंजून गेलेय मी. त्यात मोहनच्या जन्मानंतर फारच.

दादा : आमच्या प्रश्नाचं हे उत्तर नव्हे. तुला कालचा चित्रपट आवडला काय? होय किंवा नाही यांतलं कोणतं तरी एक उत्तर दे.

अनू : मला — खरं म्हणजे नीटसा पाहायलाच मिळाला नाही बघा तो. मोहन मांडीवरच होता माझ्या. आणि रडत होता तो अधेमधे सारखा. अंगात ताप होता त्याच्या.

दादा : प्रश्न विचारण्यात आम्ही तरबेज आहोत असा इतक्या वर्षांच्या पेपरसेटिंगनंतर समज होता आमचा. परंतु उत्तर टाळण्यात तू जास्त पटाईत दिसतेस.

[तिचा सुटकेचा निःश्वास.]

तरीही तू उत्तर दिलं आहेस हे आलं असेलच तुझ्या लक्षात.

अनू : (निषेधपूर्वक) मुळीच नाही. उगीच काहीतरी अर्थ काढू नका.

[बाहेर जिन्याशी मुलाखत्या आणि माधवचं संभाषण अस्पष्ट. माधव पाठमोरा दिसू लागतो.]

काय वाईट होतं हो त्या सिनेमात? आणि मी म्हणते, पैसे मिळवायचा धंदा असतो एखादा. त्याच्याकडे धंदा म्हणूनच पाहिलं पाहिजे. सगळीकडे कला म्हणून खायचं काय? पैसे देणारा कोणताही धंदा वाईट नसतो.

दादा : वारांगनेचा?

[माधव येतो.]

माधव : (दादांना) संपतच आलं होतं आमचं काम. तुम्ही मधूला पाठवलंत त्यामुळे मला तेवढंच निमित्त मिळालं. बाकी तुमची फार गैरसोय झाली आज सकाळपासून. काय चाललं होतं पितापुत्रीचं बोलणं?

अनू : दादांना काय, काहीतरी विषय काढतात आणि बसतात बोलत.

माधव : (बाजूच्या खिडकीशी येऊन बसत, थकल्या सुरात) बोलण्याचा वीट आलाय आता मला. सकाळपासून सारखं बोलणं, बोलणं. तेच प्रश्न.

तसलेच विषय, तीच उत्तरं. विनोद सगळा. अनू, जरा सिगरेट घेतेस तिकडली?

[ती आणून देते.]

आज हातानं पेटवण्याचासुद्धा कंटाला आलाय. पेटवतेस?

[ती पेटवते. सिगरेटचा झुरका मारून]

थँक यू.

अनू : बोलण्याचा वीट आलाय तो कसल्या बोलण्याचा?

माधव : (रोख कळत नाही; मग दिलगिरी दर्शवत) सॉरी. मी थँक यू म्हणालो का? शिष्टाचार. (झुरका मारून) मागं तुझा विरोध होता नाही माझ्या सिगरेट ओढण्याला? खूप जुनी, लग्नाआधीची गोष्ट. बाकी लग्नानंतरदेखील पुष्कळ गोष्टींना तुझा विरोध होता. तुझा आणि सासूबाईंचा. (उभ्या दादांना) बसत का नाही तुम्ही?

दादा : नको. आम्ही घेतो जरा विश्रांती वर जाऊन. चालू द्या तुमचं. [जातात.]

माधव : (त्यांच्याकडे पाहत राहतो ते जाईपर्यंत आणि मग) उरलेले पैसे कधी देतो म्हणाला तो — दत्तू पवार?

[इस्त्री करता करता ती पाहू लागते.]

पी. दत्ता — महाराष्ट्राचा यशस्वी दिग्दर्शक.

अनू : वायदे करीत होता. पण मी जरा ताठपणानं घेतलं तेव्हा चेक दिलान त्यानं — [माधव काहीतरी बोलू पाहतो त्या आतच] निम्म्या रकमेचा.

माधव : तेच. सबंध रकमेचा चेक एकदम देईल तो सिनेमावालाच नव्हे. आता तो एकदा कॅश झाला म्हणजे मिळवली.

अनू : कालच लागलाय त्याचा चित्रपट. इतक्यात चेक परत येईल असं वाटत तरी नाही.

माधव : असला भरवसा वाटण्याइतकी तू या धंद्यापासून लांब आहेस हे फार बरं आहे.

अनू : निदान कायदेशीर पुरावा तर आपल्या हातात आला? एवढे पैसे त्यानं आपल्याला द्यायचेत एवढं निश्चितच सिद्ध करता येईल आपल्याला.

माधव : कायदा या धंद्याला आणि दत्तू पवाराला लागू होतो त्या मर्यादेपर्यंत.

अनू : आणि एक तरी खरंच ना, त्याला तुमची जरूर आहे.

[तिची इस्त्री करून संपते. ती कोचावर येऊन बसते.]

माधव : ते तरी कुणास ठाऊक किती खरं.

अनू : आहे. तुमचं काम लोकांना फार आवडलंय.

माधव : (उठून) तुला? (एकदम) सॉरी. (तिच्या शेजारी येऊन बसत) पण मी काम करीत नव्हतो, तेव्हाही त्याचे चित्रपट चालतच होते ना. इतरांचेही चालत होते. तेवढं ओळखण्याइतका व्यवहारी आहे तो.

अनू : (त्याच्या आरंभाच्या प्रश्नातून मनाने अजून सावरते आहे.) पण— म्हणजे निदान सुखासुखी तो तुम्हाला हातचं सोडणार नाही.

माधव : हेच माझ्याबद्दलही जोखलं असेल त्यानं. कारण मला सांग, त्याचा हा चेक परत आला, किंवा तो कॅश झाला नि उरलेली रक्कम त्याने नाहीच दिली, तरी मी त्याच्या पुढल्या चित्रपटात काम करणारच आहे.

अनू : मला वाटतं, कालच्या तुमच्या कामानं बाहेरूनसुद्धा मागण्या येतील तुम्हाला.

माधव : पण ते तरी त्याच्यासारखेच की नाही? सगळे सारखेच. कुणी जरा उजवे, कुणी डावे. पण सगळे सारखेच. तसेच. सगळं जंगल आहे अनू, एक मोठं अपार जंगल आहे सारं...

अनू : असं म्हणण्यात काय अर्थ आहे? तसं म्हटलं तर असंही नाही का म्हणत आपण, की आयुष्य ही लढाई आहे. पण म्हणून कोणी जगणं सोडलेलं नाही.

[तो पाहतो चमकून.]

म्हणजे तुम्ही कामं करणं सोडणार आहात सिनेमात अशा अर्थी नाही म्हणाले मी. तसं तुम्ही करणार नाही हे ठाऊक आहे मला.

माधव : (अस्पष्ट) थँक यू.

अनू : याच, अशाच जंगलातून तुम्ही गेली सहा वर्षं तर चाललात... मागे फिरला नाहीत, थकला नाहीत, उलट जिद्दीनं सगळे अडथळे ओलांडलेत. दुसरातिसरा कसला विचारही मनात आणला नाहीत. माझादेखील नाही. आता निदान मी आहे सोबतीला... मला वाटतं, आता अगदी थोडं चालणं राहिलं आहे... निदान वाट रुंदावली आहे, खाचखळगे कमी झाले आहेत, पूर्वीपेक्षा परिस्थिती निश्चित बरी आहे.

माधव : कशाची? (विषय सोडून) मी उगीचच प्रश्न उपस्थित करतोय एकेक. (घाईने) नव्या कॉंट्रॅक्टचं काय म्हणत होता तो? तोच—दत्तू पवार!

अनू : तुमच्याकडे नाही बोलला?

माधव : काढला होता विषय त्यानं. मोठ्या मुदतीचं कॉंट्रॅक्ट करायचं काहीतरी बोलत होता. पण मी तुझ्याकडे डायरेक्ट केलं त्या महाराष्ट्राच्या यशस्वी... (ते सोडून) एवीतेवी तूच पाहते आहेस या सगळ्या व्यवहाराच्या भानगडी.

अनू : तुमचा तेवढाच भार कमी व्हावा म्हणून खरं म्हणजे त्यात लक्ष घातलं मी. एरवी मला काय कळतंय त्यात?

माधव : खरं म्हणजे आपल्याला कुणालाच काही कळत नाही. तुला नाही वाटत?

अनू : अनुभवांनीच शिकतं माणूस.

माधव : आणि शेवटी जे काही शिकून होतं ते एवढं — एवढं निरर्थक असतं की — की वाटतं की — (शून्यपणे) जंगल आहे सारं...

अनू : खरं म्हणजे तुम्ही थकला आहात. काल रात्रीपासूनचा ताण आहे. रात्री आल्यापासून स्वस्थपणे झोपलाही नाहीत तुम्ही.

माधव : तुला काय माहीत?

अनू : त्यात आजची सकाळपासूनची दगदग... पडा ना थोडे! संध्याकाळी पुन्हा ताजंतवानं राहिलं पाहिजे तुम्हाला. [एकीकडे त्याला थोपटते आहे मायेने.]

माधव : विनोदी दिसलं पाहिजे. नाही तर लोक मला दुसराच कोणीतरी समजतील. मला मी स्वत: समजतील. आणि मग घोटाळा होईल! मग मी कितीही सांगितलं, कुणी कितीही सांगितलं की मी — मी स्वत: नव्हे, मी तो आहे, तुम्हाला हवा तो आहे तरी खरं वाटणार नाही त्यांना. आणि मग — मला कुणी कामं देणार नाही सिनेमांत...

अनू : किती त्रास करून घेताहात तुम्ही...

माधव : हां, माझं कौतुक करू नकोस तू! माझे लाड करू नकोस. नाही तर... नाही तर मी — नाही तर मी... (एकदम हसून) डोक्यावर चढून बसेन!

अनू : (सुटकेचा एक श्वास टाकून) हक्कच आहे तो तुमचा! डोक्यावर घेण्याइतकं आपलं माणूस मोठं असल्यावर —

माधव : (उठतो.) मोठं म्हटलंस तू मला? तू म्हटलंस? तू?

अनू : हजारदा म्हणेन. आहातच तुम्ही मोठे.

माधव : थांब! थांब जरा.

[बाजूला खुर्चीत जाऊन बसतो. एकटा वाटतो. सगळ्यापासून तुटलेला वाटतो.]

तुझ्या जवळ येण्याचा प्रयत्न करीत होतो मी. आणि तू मला लांब झिडकारलंस.

अनू : असं का म्हणता? मी कशी झिडकारीन तुम्हाला?

माधव : तू मला मोठं म्हटलंस...

अनू : वाटलं तर नाही म्हणत. मग तर झालं?

माधव : मला मोठं म्हटलंस तू...

अनू : (दार लोटून घेते. परत येते.) कसला त्रास होतोय तुम्हाला? काय त्रास देतंय? मला असं अंधारात ठेवू नका. मला सांगा. बोला माझ्यापाशी. [त्याच्याजवळच्या खुर्चीत बसते.]

माधव : आणखी पब्लिसिटी! (लक्षात येऊन) नव्हे, तुला नाही म्हणालो मी. (सगळे झाडून) आज नली हवी होती, नाही? नली — ती पोर महत्त्वाच्या वेळी असते आणि मला तोंड मात्र दाखवीत नाही.

अनू : रात्री आली होती ती नवऱ्याबरोबर सिनेमाला. आज कदाचित येईल ती. रात्री आईकडे म्हणाली वाटतं, येईन म्हणून.

माधव : रात्री शेखरसुद्धा नव्हता.

अनू : बऱ्याच दिवसांत इकडंही आले नाहीत ते. शेवटचे आले होते ते तसे...

माधव : धड असता तर आल्याशिवाय राहिला नसता तो वेडा पीर.

अनू : हे आणखी काय नवीन? वेडा पीर कधीपासून म्हणू लागलात त्यांना?

माधव : कुणी मी म्हटलं? मी... गेलं तोंडातून. शेख्या! [पूर्वीच्या आठवणी येतात.] हं:! [पहिल्या अंकातल्या चिजेचं तोंड गुणगुणतो. थांबतो.] बुद्धी त्याची... दासगुप्ता... (एकदम) शालिनी होती रात्री? ती होती?

अनू : तुम्ही लिहून दिलेल्या यादीत नाव होतं त्यांचं?

माधव : होतं. (किंचित आरोपवजा सूर) तुझ्याकडे दिली होती मी ती यादी दत्तू पवारकडे द्यायला.

अनू : मी ती दिली.

माधव : (तिच्याकडे पाहत) हो. तू दिली असशील ती... पण मग ती — ती आली होती?

अनू : आल्या असत्या तर भेटल्या नसत्या तुम्हाला?

माधव : मला भेटली असती — पण नसतीही भेटली. नसतीच भेटली. मी

सांगतो, ती आली आणि तशीच गेली. ती तशीच परस्पर निघून गेली. तोंड लपवून निघून गेली. भेटण्याला काही अर्थच नव्हता. काही अर्थच नव्हता!! बरं झालं नाही भेटली तेच. सगळं ढोंग कायम राहिलं!

अनू : (तो ताब्याबाहेर जाऊ पाहतो आहे हे तिला आता जाणवले आहे.) तुम्ही विश्रांती का घेत नाही थोडी? पडलात तर खरंच बरं वाटेल तेवढंच... मी बाम लावू का कपाळाला? जवळ बसू का?

माधव : पण मी सांगू का तुला? तिला मुळी इन्व्हिटेशन मिळालंच नाही. अग, कसं मिळेल? पत्ता चुकलो मी तिचा. किती दिवसांत तो कधी आठवावाच लागला नाही. वेळही नव्हता. मी तिचा पत्ता चुकलो. आणि ती — तिनं भेटायचा प्रयत्न केला, पण तीदेखील चुकीच्या पत्त्यावरच पोचली. कारण तीसुद्धा माझा पत्ता चुकली! अशी गंमत झाली! फिटम्फाट झाली! आणि शेखरदेखील आला होता रात्री पिक्चरला. आठवणीनं आला होता. शुद्धीत आला होता. नेहमीच्या सवयीनं पुढल्याच रांगेत बसला होता तो. आणि पाहात होता की हा महाद्या आज कसला एक्स्पेरिमेंट करतो? कसलं इंटरप्रिटेशन हाणतो? कसली डेप्थ शोधतो? कसली उडी मारतो? आणि मजा म्हणजे त्याला मुळी मी सापडलोच नाही कुठं. पाहात असताना तो म्हणत होता, हा कुणीतरी एकजण महाद्यासारखा दिसतो लेकाचा, वेड्यावाकड्या उड्या मारतो, पण हा महाद्या नव्हेच, हा — हा दुसराच कुणी आहे. हा आपला महादू नव्हे. या उड्याही त्याच्या नव्हेत. हा महादू असेल कसा? आणि मग तो निघून गेला एका हातभट्टीवर. तिथं चांगली चढली तशी त्याला कळलं की हे सगळंच खोटं! खोटं, पार खोटं! [हसत राहतो तोंडातल्या तोंडात] जंगल सारं.

अनू : (आता मात्र घाबरलेली, जे घडू पाहतं आहे त्याला.) मी — मोहन — मोहन रडतोय वाटतं वर. मी आले. आले हं मी. [द्विधा अवस्थेत जाते वर निघून, पाठमोऱ्या माधवकडे मागे वळून न पाहता.]

माधव : आणि तो आला होता. तो — ध्यास सोडू नका म्हणणारा, अपेक्षा बाळगणारा, दु:ख वाटून घेणारा, बिनपत्त्याचं निनावी पत्र लिहिणारा तो! शो चालू होता, गदगदून हशे उठत होते, ओक्साबोक्शी हसत होते सारे, धाय मोकलून हसत होते, छात्या पिटाव्या तसे टाळ्या पिटीत होते आणि शिट्ट्या... तमाशाच्या थिएटरात एरवी ऐकू,

येणाऱ्या... आणि अंधारात — अंधारात असा पिशाचासारखा अगदी समोर येऊन उभा राहिला तो! आणि डोळ्यांत ते आपले जळते डोळे सांडसांसारखे खुपसून खुपसून म्हणाला की, "फार छान! जीते रहो पठ्ठे! याचसाठी केला होता अट्टाहास, शेवटचा दिस गोड व्हावा" आणि तसाच — तसाच काळोख कापीत थिएटराच्या थडग्याबाहेर चालता झाला तो! गेला — नाहीसा झाला! काही समजावण्यालादेखील अवसर दिला नाही मला त्यानं. त्याची — त्याची क्षमा मागण्यालादेखील... मोहन नव्हे अनू, मी रडतोय मी!

[नलू गुणगुणत आलेली]

नलू : हे काय? ताई कुठं गेलीय?

[तो दचकून पाहतो तिच्याकडे. त्याच्याकडे लक्ष जाऊन]

एकटेच आहात तुम्ही?

माधव : (स्वत:ला सावरीत) अं? ही नाही. ये, ये ना. तुझीच वाट पाहात होतो.

नलू : (गोंधळत) माझी? (मग) हं हं. मी म्हणाले होते रात्री आईला, येईन म्हणून शक्यतो.

माधव : तेच. अनू वर आहे ना. ये, आत तरी ये.

[ती येते.]

नलू : कशाला आले सांगा बरं.

माधव : मला भेटायला.

नलू : (लाजून) किती बरोबर ओळखलंत? हे सोडत नव्हते, पण कशीबशी आले.

माधव : चांगलं केलंस.

नलू : (कोचात बसते.) रात्री तर काय, थेटरावर हिरोच होतात तुम्ही!

माधव : कॉमिक.

नलू : हो, पण लोकांना तुमचंच काम हिरोपेक्षा खूप आवडलं होतं. हे तर किती खूश होते.

माधव : तेसुद्धा खूश होते लोकांप्रमाणं?

नलू : हो. म्हणाले, तुझा हा भावजी भलताच विनोदी आहे बुवा! अगदी दामूअण्णा मालवणकरांवर ताण आहे! म्हणाले, त्याला घरी बोलाव एकदा.

चार गमती करायला सांगू. तुम्ही पहिल्यांदा घसरून पडलात ना, तेव्हा अय्या, कसले हसले ते! बाऽप—रे! मला तर बाई लाजच वाटली!

माधव : मलाही वाटली, पण मला नाही वाटली.

नलू : केवढ्यांदा हसावं माणसानं! पण खूप मजा आली बघा रात्री. मला अगदी खूप खूप बरं वाटलं.

माधव : बरं वाटलं तुला...

नलू : तुमचं काम लोकांना एवढं आवडलं, मग मला नाही वाटतं बरं वाटणार? जुन्या आठवणी झाल्या मला—

माधव : बोल... बोल...

नलू : अं? त्या दिवशीसुद्धा असंच खूप छान झालं होतं तुमचं काम. नाटकातलं—'एका कोळियाने'... कालच्यापेक्षा छान झालं होतं तुमचं काम...

माधव : बोल तू. बोल...

नलू : नाही, म्हणजे कालचं पण तसं छानच झालं, पण खरं सांगायचं तर त्याची सर नाही. म्हणजे किनई कालचं काम वेगळ्या अर्थानं छान होतं, आणि ते वेगळ्या अर्थानं छान होतं. त्या दिवशी ते शेखर आले होते नाटकाला; आणि मग इथं पण आले होते; आणि त्यांना शोधत शालिनी येऊन पोचली होती. अजून आठवतंय मला. दिसतंय सगळं डोळ्यांपुढं. काय झालं? पाहता कशाला असे?

माधव : अं? उगीच ... बोल तू यानंतर...

नलू : रात्री असायला पाहिजे होती ती दोघं, नाही हो? होती का हो आलेली ती? शेखर म्हणे फार पितात हल्ली... खरं का हो? कामंसुद्धा नाही देत त्यांना कुणी... भरवसा नसतो म्हणून... आणि काय म्हणे, एका नाटकात दुसऱ्याच नाटकांचे संवाद बोलू लागले ते; आणि कधीतरी आलेच नाहीत नाटकाला. खरं हे? सारं खरं? बरोबरचे नट म्हणे ते असतील तर कामं पत्करीत नाहीत. नाकारतात कामं... खरंच हे सगळं? कुठल्या तरी साप्ताहिकात आलं होतं हे... मला अगदी खोटं वाटलं. असे नव्हते ते! असे कध्धी होणं शक्य नाही.

माधव : त्या—त्या दिवसाचं तुला आणखी काय आठवतं नलू? त्या नाटकाच्या वेळचं—'एका कोळियाने'—माझं काम... बोल ना!

नलू : म्हटलं ना, छान झालं होतं तुमचं काम. आणखी काय?

माधव : आणखी... एक लाट उठली होती. मोठी लाट. आणि अंगावर आली होती माझ्या — आणि तिच्यात मी नाहीसा झालो होतो.

नलू : कसली लाट? काय म्हणता तुम्ही?

माधव : मग मला मुद्दाम मुळी काही करावंच लागलं नव्हतं. सारं झालं होतं. धारेत वाहत जावं किंवा धबधब्याच्या लोटाबरोबर कोसळावं तसा वाहत गेलो होतो, कोसळत राहिलो होतो...

नलू : (न कळून तरीही समजुतीसाठी) अं — हो, हो. आठवतं.

माधव : मी चौफेर सारं उधळीत होतो... आणि हजार नजरांनी सारं झेलून घेतलं जात होतं... भुकेल्या, आसुसल्या नजरांनी... [ती मूढ.] मी... एखाद्या धारेत वाहत जावं तसा... धबधब्याच्या धारेत कोसळावं तसा... तसा वाहात होतो... कोसळत होतो... आणि... आणि नंतरची ती स्तुती... केवढी स्तुती... भोवती जमले होते सारे... माझ्यासारखे होते सारे... अनोळखी नव्हते; फाटक्या, कळकट कपड्यांतले, दाढीचे खुंट आाणि केसांची जंगलं वाढलेले नव्हते... भुकेल्या नजरांचे आणि विचकट दातांचे नव्हते ते... ते ओशट, घामट वासांचे नव्हते... चांगले होते ते, माझे होते ते... माझ्यासारखे होते ते... माणसांसारखे होते... हात धरून गदगदा हलवीत होते माझा. पाठीवर शाबासक्या देत होते... आणि... आणि .... [सारे लांब गेल्यासारखा उभा.]

नलू : (अनामिक भयाने) मी — मी वर जाऊ का जरा मोहनकडे? वर ताई आहे ना, तिकडे!

माधव : आणि शाबासक्या देत होते सगळे नि... नि हात धरून...

नलू : मी आलेच हं! [सटकते वर.]

माधव : हात धरून... भोवती... भोवती जमून...

[भोवती जणू केवळ एक पोकळी उरली आहे.]

गदगदा...

[त्या वाढत्या पोकळीने पाहता पाहता गुदमरून विकल उभा. आणि मागे दारात शेखर आला आहे. भकास, प्यायलेला. थोडा धडपडत दारात येतो. आत येऊन माधवकडे पाहतो. आणि त्याच्या मदतीला जाण्याचा जणू एक दुबळा प्रयत्न करताना स्वत: खचतो, कोचात बसतो आणि डोके टेकतो. किंचित्काल हे असेच. माधव तसा — शेखर असा. अखेर लक्ष जाऊन.]

कोण? शेख्या? [स्वप्न वाटते. पण मग उठून त्याच्याकडे जाऊ पाहतो आणि लांबच राहतो.] शेख्या —

शेखर : (चाळवत) हॅलो दोस्त. कैसे हो?

माधव : वाईट आहे.

शेखर : बरं वाटलं ऐकून. [पडून राहतो. मग मोठ्या शर्थीने नीट बसतो.] मुद्दाम आलो.

माधव : (त्याच्या शेजारी येऊन बसत) वाटलंच होतं येशील म्हणून. आठवण होतच होती तुझी...

शेखर : (वर बोट दाखवून) आठवण त्याची कर. त्यानं काहीतरी निभेल भैया.

माधव : नाही रे. आता निभण्यासारखं उरलं नाही काही.

शेखर : पण जीव जात नाही, आशा तुटत नाही. त्याची इच्छा म्हणून.

माधव : मला वाटतं, जन्माला घालून विसरून जात असावा तो.

शेखर : तो काही नाही विसरत. आपण विसरतो त्याला भैया. आपण विसरतो...

[काही काळ कोचात नाइलाजानं निपचीत पडतो. माधव उभा.]

माधव : (उभारीचा प्रयत्न करत) काल — काल रात्री माझी पहिली मोठी भूमिका असलेल्या पिक्चरचा प्रीमिअर झाला शेख —

शेखर : दर शनिवारला शनिमाहात्म्य वाचत चल. उपास कर.

माधव : माझं काम लोकांच्या मते खूप चांगलं झालंय. मोठा रोल आहे त्यात मला. म्हणजे विनोदी.

शेखर : गुरुवारी गुरुचरित्र. झाला तर उपयोग होईल कदाचित.

माधव : हिरोपेक्षा माझं काम लोकांना आवडलंय. कॉमिक आहे. तीनदा घसरून पडलोय मी.

शेखर : पण सगळं आयुष्य घालवलं शेणात वळवळण्यात त्याची भरपाई कशी होणार? कशी? [भैरवीतली एक चीज भयाणपणे घोळवत राहतो बोबड्या सुरात]

माधव : (किंचित्काळ तेच भारल्यासारखा ऐकत राहतो. मग एकदम घाईने) शेख, बस्स! मला — मला आता खूप पैसा मिळणार आहे, कीर्ती मिळणार आहे.

शेखर : मला जरा जास्त झालीय. मी नरकात जाणार आहे. जहन्नममें आज

जाऊंगा. मी फार पितो. न पिण्याचा प्रयत्न करतो, पण — [पडून राहतो.] आज देवपूजासुद्धा जमली नाही, भैया. देवापुढं ओकलो. [मुठी आपटतो.] ओकलो मी देवापुढं. ओकलो. किडा साला शेणातला! मी नरकात जाणार. मला भीती वाटत नाही महाद्या, पण मला माझी लाज वाटते! लाज वाटते! शर्मसे मर रहा हूं मैं यार... मला नरकात नव्हतं जायचं! नव्हतं जायचं!

माधव : (त्यात गुरफुटून, कसाबसा लोटल्यासारखे शब्द ओतीत) घाबरू नकोस शेख, पाठोपाठ मी तिथंच येणार आहे. आपण सारे तिथंच जाणार आहोत. (एकदम पट्टी वर नेऊन) आजचे वर्तमानपत्रातले रिव्ह्यूज वाचलेस तू? एकजात माझी स्तुती आहे. विनोदाचा बादशहा म्हटलंय मला. चाप्लिनशी तुलना केल्येय माझी!

शेखर : सतरावा अध्याय वाचत चल तू...

माधव : मुलाखती घेतायत माझ्या. फोटो यायचेत!

शेखर : (मुठी आपटीत) हमकू नहीं जानेका — नहीं — नहीं! नरकात नाही रे नाही जायचं मला. नाही जायचं.

माधव : आणि आता संध्याकाळी सत्कार आहे माझा मंत्र्यांच्या अध्यक्षतेखाली. ऐकलंस? मंत्र्याच्या अध्यक्षतेखाली. तुफान विनोदी भाषण करणार आहे मी.

शेखर : बुड्ढी गेली माझी आणि सगळं पार बिघडलं! तिनं सोडलं मला आणि वो अकेलीही गयी.

माधव : (न ऐकण्याचा प्रयत्न करत) पुढल्या पिक्चरमध्ये हिरोपेक्षा मेजर रोल देणार आहेत मला. मग हिंदीतही उत्तम प्रॉस्पेक्ट्स आहेत मला. गाडी, बंगला, इन्कमटॅक्स, एअरचा ट्रॅव्हल, व्हाइट मनी, ब्लॅक मनी —

शेखर : घरकू आया तो देखा बुड्ढी सो रही है. सोयी नही थी वो. सोयी नही थी. वो मर गयी थी! मेरी बुड्ढी मर गयी थी... मेरी बुड्ढी... (आवेगाने मुसमुसत) मर गयी थी... मेरी बुड्ढी...

माधव : (त्याच्या सांत्वनासाठी त्याच्या जवळ जाऊ बघतो. पण अर्ध्यावरच थांबतो. आणि आसुसून) आणि मग — आणि मग पुष्कळ पैसा मिळवणार आहे मी. पुष्कळ पैसा खर्च करणार आहे आणि पुन्हा पुष्कळ मिळवणार आहे. आणि मग — आणि मग —

शेखर : (मुसमुसत) मेरी बुड्ढी मेरेकू अकेला छोड गयी... मेरी बुड्ढी...

माधव : (नकळत, एकदम) तू तरी हवी होतीस, शालिनी —

शेखर : (धड बसू बघत) शालिनी! वो तो छुट गयी महादूभैया. वो छुट गयी. खरी पुण्यवान. (नमस्कार करतो अर्धवट.) मी अडकलो भैया, या सापळ्यात.

माधव : (एकदम त्याला हटकून, सभय) काय म्हणतोस तू शेख? म्हणण्याचा अर्थ काय तुझ्या?

शेखर : पिंजरा तोडला तिनं, दोस्त. वो पंछी सचमुच आजाद हो गया...

माधव : (आशंकेने) शेख!

शेखर : नाटक सोडलं तिनं भैया. तिनं सारं सारं तोडलं. ती गावी निघून गेली. कायमची!

माधव : कुठल्या?

शेखर : तिच्या. बोलली, गावी जाऊन पुन्हा मेहनत सुरू करणार. गात गात जिंदगी घालवणार. मी म्हणालो, हम भी आयेंगे. तर म्हणाली, नको. मी कुणाला नाही येऊ देणार. एकटी जाणार. आणि एकटी गेली. (गहिवरून) मला नरकाच्या वाटेवरनं दूर खेचण्याचा खूप प्रयत्न केला तिनं भैया, खूप प्रयत्न केला. लेकिन हम तो ऐसेही बदतमीज थे, निकम्मे थे. वचन द्यायचा आणि पुन्हा गटारामधी लोळायचा. हमकू समझता था सबकुछ. हां, समझता था! लेकिन ऐसा होनेवालाच था. नरकात जाण्याचंच अल्लानं लिहून ठेवलं होतं कपाळात. कसं चुकणार? [आवेगाने घुसमटत राहतो.]

माधव : (अंतर्मुख) एकटीच गेली. पुन्हा मेहनत सुरू करणार... गात गात जिंदगी घालवणार... कुणाला नाही, कुणाला नाही येऊ देणार... एकटीच गेली....

[शेखर एकाएकी कसाबसा धडपडत उठतो.]

कुठे निघालास तूसुद्धा?

शेखर : (आत बोट दाखवत) आलो... बाथरूम... बाथरूमला जाऊन आलो... तुम बैठो... [आत धडपडत जातो. माधव एकटा.]

माधव : (मदतीची अपेक्षा एकवटून) शालिनी —

[पण या हाकेतला निरर्थकपणा त्याला आता जाणवतो. रडायचे आहे, पण रडू येत नाही. रागवायचे आहे, पण राग येत नाही. खूप वाटते आहे आणि काही करता येत नाही असा केविलवाणा होतो. तसाच उभा आहे. अनू आणि नलू दोघी वरून येतात.]

नलू : (माधवला तसे पाहून) अय्या, ताई!

अनू : (प्रथम भयाने थबकते. मग जवळ जात) डोकं का दुखतंय फार? काय होतंय तुम्हाला? काहीतरी होतंय —

माधव : (अनपेक्षित कर्कशपणे) नाही! (एकदम मृदू होत) बरं आहे माझं. जरा, जरा बसल्या बसल्या — (पुन्हा पुन्हा आसपास पाहात) बसा ना तुम्ही. काय म्हणतो मोहन?

नलू : सारखा झोपवून ठेवलाय त्यामुळं चिडल्येय स्वारी. पण रात्रीच्या सिनेमाच्या गोष्टी काढल्या तसा खुलला. म्हणाला, आपण पण मोठे झाल्यावर बाबांसारखे नाचणार, उड्या मारणार, हसवणार सर्वांना.

माधव : (कळवळून) नको. (सावरत) म्हणजे — म्हणजे त्यापेक्षा कितीतरी करण्याजोगं आहे त्यानं, असं म्हणतो मी.

नलू : अहो, पण आता म्हणतो म्हणजे तेच थोडंच करणार आहे तो पुढं! काय ग ताई!

अनू : (अस्वस्थपणे) मी — थांबा, मी चहा आणते हं करून. आत्ता पाच वाजतील पटदिशी.

नलू : (उठून तिला बळेच बसवीत) किनई, तुम्ही दोघं बसा. मी चहा करते. मागं नसे वाटतं करत! भाईंना माझ्या हातचा चहा आवडत असे! होय की नाही हो भाई?

[नलू आत जाते.]

अनू : (विमनस्क माधवला पाहत) एकदाच सांगाल का तुम्हाला काय झालंय ते?

[प्रश्न अनुत्तरित. मग जाऊन दार लोटून येते. बाजूच्या खिडकीकडे बसलेल्या माधवकडे.]

नाही तर माझं एकदाच ऐका. शेवटचं ऐकाल?

माधव : काय?

अनू : तिचा पत्ता काढा आणि तिला घेऊन या. शालिनीला —

माधव : (दचकून) अनू!

अनू : वेडी असेन मी. कळत नसेल काही. पण म्हणूनच एवढं करा. कळणारं माणूस आणा एक आणि तुम्ही तरी सुखी व्हा!

माधव : (घायाळ) अनू...

अनू : आमच्या इच्छेमागं तुम्हाला ओढण्यात तुम्ही दु:खी झालात आणि

तुमचा मार्ग खरा केलात. आणि तुमचं दु:ख वाढतंच आहे! काय समजायचा याचा अर्थ...

माधव : अर्थ? [उठतो.]

अनू : हो. मला समजणार नाही तो. म्हणूनच ना सांगत नाही तुम्ही मला तो? पण—पण म्हणून तुम्ही दु:खीच काय म्हणून राहायचं? का तुम्ही एकट्यानं सगळा त्रास गिळायचा, सहन करायचा? केवळ आम्हाला त्याचा अर्थ कळत नाही म्हणून? म्हणूनच म्हणते, आजच्या आज जा. तिला भेटा. तिला आणा. माझं काही म्हणणं असणार नाही. तुमची शपथ सांगते! मागं कोत्या समजुतीची होते. हट्टी होते. त्यानंतर बुद्धीनं वाढले नाही तरी वयानं वाढले. अनुभवानं थोडी सुजाण झाले. एवढं समजतंय की करून कुणाला सुखी करता येत नाही. दु:ख मात्र वाढतं त्यानं.

माधव : तसंच सुख जाऊन आणतासुद्धा येत नाही. वेडे, कधीच आणता येत नाही ते...

अनू : तर मग यानंतरच्या आपल्या चांगल्या काळात सदा असे दु:खी राहणार तुम्ही? तुम्हाला दु:खी ठेवून मिळालेल्या सुखाचं करू काय मी? त्या वैभवाचं काय करू?

माधव : (जरा कठोर, कोरडा, पण प्रांजळ सूर) अनू, तुम्हाला यानंतर सुख देता यायचं नाही मला. अनू, चांगला काळ चांगला राहणार नाही यापुढं—

अनू : (धसकून) म्हणजे? काय आहे तुमच्या मनात?

माधव : सध्याचं सारं सोडून देणार आहे मी!

[ती ताठरते अंगभर.]

चुकीच्या ठिकाणी पोचलोय मी अनू. मला इथं पोचायचं नव्हतं. या जंगलात, या हुंदक्यांच्या जंगलात, फार भयंकर जंगलात...

अनू : मला समजत नाही तुम्ही काय म्हणता ते.

माधव : फार मोठी चूक झाल्येय माझी. चुकलेली वाट दुरुस्त करता आली तरच धडगत आहे... तरच सुख देऊ शकेन मी... तरच! ते घडलं तरच!

अनू : (विलक्षण ठाम सुरात) ना—ही!

[चहाचे पेले घेऊन नलू येते.]

नलू : खूप खूप बोलण्यासारखं असेल नाही आता तुमच्याकडे? कितीतरी बेत,

योजना. या ताईला तर सारं ठरवताना नको जीव होऊन जाईल नाही ग ताई?

अनू : (बळेच हसून) हो.

नलू : कल्पनासुद्धा नव्हती तुला थोड्या दिवसांपर्यंत, असं काही होईल अशी. म्हणजे असं एकदम सगळं — सगळं पालटेल अशी. नाही? सगळं कसं एखाद्या परीकथेतल्यासारखं वाटतंय मला तरी. म्हणजे रात्री झोपडीत झोपावं आणि सकाळी राजवाड्यात जागं व्हावं ना तसं! नाही हो भाई!

माधव : (नुसतीच किंचित मान हलवतो, होकारार्थी.)

नलू : मज्जा आहे नुसती तुमची. नाही तर आमचं. गोष्टी-कादंबऱ्यांत वाचायचं, नाही तर नशिबानं असं घडताना चुकून पाहायला मिळालं तर पाहायचं. बाकी सगळं तेच — तसंच. काहीसुद्धा फरक पडण्याची शक्यता नाही.

अनू : असं आहे, नले सगळं काही मानण्यावर आहे बघ. म्हणजे — म्हणजे प्रत्येक गोष्टीला एक दुसरी बाजू. (प्रयत्नपूर्वक) हे बघ नलू, ही सुखं की नाही, आपण त्यांच्यापासून लांब असतो ना — तोवरच असतात. सगळी सुखं अशीच असतात. म्हणजे... (माधवकडे एकीकडे नजर.) हातात घेतलं की दुःखच होतं सुखाचं. त्यापेक्षा मी म्हणते ती दुरून पाहावीत. नकोत जवळ —

अक्का : (लगबगीने, ठेवणीतला शालू नेसलेल्या येऊन) अग, काय चाललंय काय एवढं बहिणीबहिणींचं? अने, अग तू बोलत काय बसलीस वेंधळ्यासारखी? संध्याकाळची तयारी नको का करायला आता? चार वाजून गेले आणि नले, तू येणार आहेस की नाही सत्काराला?

नलू : (येण्याची इच्छा, पण) मी कशी येऊ? मी सांगून नाही ग आले —

अक्का : अग, मग जा लौकर नि सांगून परस्पर ये.

नली : पण मला सोडतील की नाही कुणास ठाऊक हे? पण मी — मी पाहते सांगून. मला यायला आवडेल भाईंच्या सत्काराला. मी — मीं मुळी यांना घेऊनच येईन. (निघत) जाते ग मी ताई. संध्याकाळी भेटू. येते हं भाई. आई, गेले ग. मध्या, दादा, मी गेले.

[जाते. माधव आणि अनू तंग. अक्का अत्यंत उत्साही.]

अक्का : हे बघ अने, चार वाजून चाललेत. आता तयारीला लागायला हवं संध्याकाळच्या. (खुर्चीत बसून) गाडी यायची आहे स्टुडियोची नाही तर तिकडे माणसं जमतील, मंत्री येतील, फोटो काढतील आणि आपण मात्र नसू.

अनू : (जरा त्रासून) अग, पण सत्कार आपला थोडाच आहे!

अक्का : पण आपल्या माणसाचा तर आहे ना? अग, यांचा सत्कार झाला होता — तुझ्या वडलांचा — त्यांच्या कुठल्याशा पुस्तकाला व्हर्नाक्युलर का कुठल्या सोसायटीचं पन्नास रुपयांचं बक्षीस मिळालं तेव्हा! तेव्हा सकाळपास्नं त्या सत्कारासाठी सजून बसले होते मी! तुम्हा अलीकडच्या मुलींना मुळी हौसच नाही! चल, तयार हो बघू लौकर. यांना घरी ठेवायचं ठरलंय मोहनला सोबत म्हणून. (माधवला प्रेमळपणे) आणि बरं का, तुम्ही पण लागाच हळूहळू तयारीला. (अनूला) त्यांचे कपडे ठेवलेस का काढून सत्काराचे? अग नेहमीच्या कपड्यांत येतील की काय ते सत्काराला? काय तरी तुम्ही अलीकडल्या पोरी ग बाई! जा ना आधी कपडे काढून ठेव त्यांचे चांगलेसे.

माधव : (बळ एकवटून) नको. गरज नाही त्याची.

अक्का : (प्रेमळ सूर) असं कसं म्हणता? म्हणजे नेहमीच्या का कपड्यांत येणार आहात तुम्ही तिथं?

माधव : नाही. मी येणार नाही.

अक्का : (आभाळ कोसळावे तशा) काऽऽय! (हबकून) अने! (अनू गप्प.) हे आणि काय नवं डोक्यात आलं ग आजच यांच्या? हे बघा, तुमची वाट पाहतील तिथं पी. दत्ता. मी शब्द दिलाय त्यांना!

माधव : त्याला कळवा मी येणार नाही.

अक्का : असं म्हणून कसं चालेल? आपल्या पोटापाण्याचा प्रश्न आहे.

माधव : तो सोडवण्याचे बरेच मार्ग असतील.

अक्का : (मूढ.) अग अने, तू तरी सांग काही त्यांना. अग, पी. दत्ता रागावले तर सगळंच मुसळ केरात जाईल! अग, ते रागावले तर सिनेमात काम कोण देईल यांना? ते कंत्राट कसं होणार मोठ्या मुदतीचं? ते हवं तर त्यांना दुखवून कसं बरं चालेल?

माधव : नको आहे यानंतर ते मला. मी ते सगळं सोडलंय. यानंतर तसलं काही करण्याची इच्छा नाही माझी.

अक्का : (अनूला) आलं ग बाई पुन्हा अंगात! आता सांभाळ ग पोरी! (शेवटचा प्रयत्न म्हणून) मी म्हणते, एवढा वेळ चला—

माधव : नाही. एक पाऊल येणार नाही मी.

अक्का : (निराश होत, वैतागत) मग जळ्ळी आम्ही तरी कसली जातोय! बसा आता सगळ्यांनीच झालं घरात!

[दादा आलेले.]

या. पाहा काय म्हणतायत ते.

दादा : कोण? (पाहतात.) काय म्हणतात?

अक्का : सत्काराला यायचं नाही म्हणतात.

दादा : एवढंच?

अक्का : अहो, एवढंच काय! सिनेमात पुन्हा काम करण्याचीच इच्छा नाही असं म्हणतायत!

दादा : (उत्साहाने) तरी आम्हाला वाटलंच होतं!

अक्का : काय वाटलं होतं?

दादा : असं काही त्यांना वाटेल असं.

अक्का : मग उभे काय? सांगा त्यांना चार शब्द!

दादा : (माधवला) आम्हाला तुमचा हेवा वाटतो.

अक्का : काय म्हणालात? हे सांगायला सांगितलं मी तुम्हाला? आणि कसला हेवा वाटतो तुम्हाला?

दादा : त्यांच्या धैर्याचा.

अक्का : अहो, आयते घरात चांगले पैसे येऊ लागले, लक्ष्मी यायला लागली, तर ते नको म्हणणं हे काय धैर्य?

दादा : वेगळा शब्द तुम्हीच सांगा.

अक्का : दुर्बुद्धी—दुर्बुद्धी बरं ही—दुसरं काही नाही. अने, फसलीस ग बाई तू!

दादा : (माधवला) तिच्याकडे तूर्त लक्ष देऊ नका.

अक्का : (संतापून) माझ्याबद्दल म्हणताय तुम्ही?

दादा : (ठेवणीतला आवाज) आम्हाला बोलू देणार आहात का तुम्ही?

[त्या गप्प. मग कोचावर बसून]

काल रात्री पडद्यावर आम्ही जे काही बघितलं ते सर्व पूर्णपणे नापसंत होतं आम्हाला. डोळे सतत बंद ठेववत नव्हते आणि अलीकडे आम्हाला

झोपही लौकर लागत नाही म्हणूनच त्यातलं बरंचसं पाहिलं आम्ही. एकंदरीनं आम्हाला ते अत्यंत बालिश, आचरट आणि थोडक्यात महामूर्खपणाचं वाटलं. आम्हाला उबग आला. आम्हाला रात्री जे वाटलं ते फक्त आम्हालाच वाटलं असा समज होता आमचा. म्हणून ते आम्ही आमच्यापाशीच ठेवण्याचा प्रयत्न करीत होतो. पण आज मधुकरला तेच वाटल्याचं कळलं. अनूला तेच वाटलं होतं, पण ती ते कबूल करायला तयार नव्हती. आणि तुम्हालाही तेच वाटतंय हे आता कळल्यानं एक प्रकारचं सात्त्विक आणि अननुभूत असं समाधान वाटतंय आम्हाला. वाइटाला वाईट म्हणणारी पुरेशी माणसं आजही भेटतात हे उत्साहदायक आहे. समजा, आम्ही तुमच्या जागी असतो, तर या साऱ्याविरुद्ध कृतीनं किंवा वाचेनं तरी बंड करणं, फुटून निघणं जमलं असतं का आम्हाला? नसतं. आमची तेवढी छाती झाली नसती. आणि मग नको असलेल्या गोष्टींमागून आयुष्यभर फरफट.

अक्का : म्हणजे माझ्यामागून!

दादा : नव्हे प्रोफेसरकीमागून.

अक्का : काय ऐकतेय मी हे! प्रोफेसरकी नको होती तुम्हाला? आधी कधी अक्षरानं तरी बोललात तुम्ही हे?

दादा : गेल्या वीस वर्षांत निदान बावीस वेळा आम्ही सुरुवात केली होती. पुढचं तुम्ही आम्हाला बोलूच दिलं नाहीत. (माधवला जवळ बोलावून बसवून) हे विषयांतर. तर जे आम्हाला साधलं नाही — आणि साधलं नाही याची आज फारशी खंत नाही. कारण आता सारंच एवीतेवी संपलं आहे, संपत आलं आहे. पोरं वळण्यात आणि गायडं खरडण्यात का होईना, आयुष्य सरलंच. एक सिगरेट देता का?

[माधव सुन्न. सगळेच सुन्न. माधव सिगरेट देतो. ती पेटवतो. मग तिचा एक दीर्घ झुरका घेऊन]

तर जे आम्हाला साधलं नाही ते तुम्ही करून दाखवण्याचा निश्चय केला आहात याचा मनमोकळा आनंद होतो आहे आम्हाला. संधी आहे तोवर तो प्रकट करून घेतो आम्ही. वेळ थोडा राहिला आहे. तुम्ही करता आहात ते सोपं नाही. मनाचं फार मोठं सामर्थ्य हवं त्यासाठी. सतत उसळणारं, न दबणारं रक्त हवं धमन्यांत. आमच्यात ते नव्हतं. आम्ही नुसतेच काठावर हात हलवून झेपा घेत राहिलो. त्यादेखील मनातल्या

मनात! पुष्कळांचं असंच होत असावं. तुम्ही निश्चय कृतीत उतरवता आहात तुमचा. त्याबद्दल त्रिवार अभिनंदन!

माधव : (कृतज्ञतेने) थँक यू.

दादा : फारसा वेळ उरलेला नाही... शेवटचं सांगायचं म्हणजे हा निश्चय कृतीत उतरवण्याला कदाचित अपुरे पडलात तुम्ही. कारण ते मुळीच सोपं नाही. तरी आम्ही म्हणू की तो केलात, तो करण्याचं तुमच्या मनात आलं, हेही थोडकं नव्हे. हेही आशादायक आहे. कुणीतरी असं अधूनमधून करायला हवं. निदान म्हणायला हवं. न भिता, परिणामांची पर्वा न करता, अगदी अविचारानं. नाही तर जग म्हणजे मेंढ्यांचा एक मोठा कोंडवाडा होईल.

अक्का : (वॉर्डरचा कडक सूर) विझवा ती सिगरेट. आणि वर चला बरं आधी.

[क्षणभर थांबून दादा सिगरेट विझवतात. चालू लागतात. मुकाट्याने अक्कांमागोमाग जातात.]

अनू : (कॉटवर बसलेली. कशी सुरुवात करावी हेच प्रथम कळत नाही. पण मग अपेक्षेपेक्षा सौम्य सुरात) घेतली पुन्हा उसळी! (जरा चिडचिड्या स्वरात) चारचौघांसारखं चालवतच नाही मुळी तुम्हाला! (स्वतःला सावरत) निदान चारचौघं आपल्याबरोबर आहेत याचं भान नाही राहात. एक सरळमार्गी बायको, एक आजारी पोर...

माधव : (जोराने) सगळं भान आहे मला. (सौम्य होत) पण आपणसुद्धा एका हाडामांसाच्या पुरुषाशी लग्न लावलंय आणि आपल्याप्रमाणं त्याचंही काही म्हणणं असू शकतं हे माझी बायको विसरते.

अनू : (जोराने) काही विसरत नाही! (सूर सौम्य) मी म्हणते, वाटतं माणसाला खूप; पण परिस्थितीचाही काही विचार करायला हवा त्यानं. वाटेल तेव्हा मार्ग नाही बदलता येत, बदलून चालत नाही.

माधव : पण आपण चालत आलो, चालतोय तो मार्ग अगदी चुकला, भलताच मार्ग आहे तो, आणि समोर केवळ एक जंगल आहे, हुंदक्यांचं जंगल आहे — अपार — असं कळल्यानंतर त्यानं काय करायचं? तरीही मार्ग चालत राहायचं परिस्थितीचा विचार करीत?

अनू : (आवेशाने) मार्ग चुकलेला नाही! (आवरत) मी म्हणते, सगळे याच मार्गानं जातात, हेच जगतात. हा व्यवहार आहे. कुणालाच नाही मनासारखं

जगता येत. अखेर पोट आहेच ना प्रत्येकाला! जबाबदाऱ्या आहेत! माणसांना अन्न हवं, कपडे हवेत, शाश्वती हवी. त्यासाठी फार काही करतात माणसं. (उसासून) पण तुम्हाला नाही हे कळणार. मला माहीत आहे, तुम्हाला कधीच नाही हे कळू शकणार.

माधव : कसं सांगू तुला? मला एकदाच समजून घेण्याचा प्रयत्न कर तू, अनू... मला कल्पना आहे, मी — मी तुला जाणूनबुजून पुन्हा त्रासात टाकतोय, मनस्तापात —

अनू : जाणूनबुजून केलेल्या गोष्टींचे खुलासे केलेच पाहिजेत का? आणि मी त्याबद्दल या खेपेला तुम्हाला दोष लावलाय का? लावणारही नाही यानंतर. मात्र तुम्हीसुद्धा एक लक्षात ठेवायला हवं. यानंतर पुन्हा चुकीच्याच ठिकाणी पोचलात तर त्याची तिळभरसुद्धा जबाबदारी आमच्यावर राहणार नाही. माझ्यावर नाही, मोहनवर नाही...

माधव : तुमच्यावर आजही नाही ती!

अनू : आहे. तुम्ही ऐकवलं नाहीत तरी ती आहेच. आणि मी भांडण काढलं असतं, विरोध केला असता, तर एव्हाना ऐकवूनही मोकळे झाला असतात ती. आम्ही अवलंबून होतो तुमच्यावर, लोढणं होतो तुमच्या गळ्यात, म्हणून तुमची वाट चुकली. म्हणून तुमच्या हुंदक्यांच्या जंगलात पोचलात तुम्ही. तुमच्या कलेचा मागोवा घेता घेता धंद्याच्या, उपजीविकेच्या वाटेवर आलात. तुम्ही दुःखी झालात. निदान असंच तुम्ही ऐकवलं असतंत मला.

माधव : नाही. चूक माझी होती. चूक माझी होती. कबूल करण्याचा धीर आहे जवळ तोवर कबूल करू दे मला. मग — मग कदाचित मी नाकारीन! एखाद्या — एखाद्या मोठ्या झंझावातातून बाहेर पडलेल्या पाचोळ्यासारखं वाटतंय रात्रीपासून... वेगाच्या भिरकांड्या स्वप्नातून जाग यावी प्रथमच तसा हळूहळू डोळे उघडून पाहतोय सभोवती आणि — आणि नव्यानंच जणू काही सारं उमगतं आहे. नव्यानंच प्रकाश पडतोय गेल्या आठ वर्षांच्या गरगरत्या धडपडीवर. चूक माझीच झाली. स्वास्थ्याविरुद्ध लढलो आणि अखेर जिंकलं काय? स्वास्थ्यच. कीड लावणारं, गंज चढवणारं, माणसाचा अजगर बनवणारं. स्वप्नं पाहिली पण जमवला साधा व्यवहार. सारे जमवतात तसाच. तितक्याच मुर्दाड मनानं. कलेची बाष्कळ बडबड काय ती वेगळी. कलावंत व्हायला गेलो, प्रतिसृष्टीचा निर्माता आणि झालो

विदूषक! टाळ्यांच्या तालावर आणि हशांच्या सुरावर चेकाळून आपल्याच विटंबनेचा नाच नाचणारा, आपलीच क्षतं ओरबाडून गुदगुल्या झाल्यासारखा खिदळणारा! डोक्यावर उभा राहणारा, तीनदा घसरून आपटणारा! गळा भरून रडला तो तरी सगळे हसणार पोटं धरधरून! केवढा विनोद, केवढी गंमत म्हणून! तुला माहीत नाही; कुणालाच कळलं नाही आणि सांगायचीही शरम वाटते, पण सगळी खिळखिळी जिद्द एकवटून कालच्या चित्रपटातदेखील केला होता मी प्रयत्न माझ्यातला कलावंत सिद्ध करण्याचा! काही क्षण! हास्यास्पद वागण्यामागचं जखमी काळीज हळुवारपणं व्यक्त करणारे! मुकी वेदना बोलकी करणारे... कळलेच नाहीत ते कुणाला, ऐकूनसुद्धा घेतले नाहीत कुणी. हसण्याच्या कल्लोळात कुणास ठाऊक कुठं वाहून गेले ते बिचारे!

अनू : तुम्हाला ज्यात आनंद, सुख वाटेल असं काहीही करू शकता तुम्ही यानंतर. फक्त तुमचीच जबाबदारी आहे तुमच्यावर. आणि तुमच्या प्रयत्नांत तीही जड झाली, तर तीसुद्धा घेईन मी. न कुरकुरता.

माधव : अनू... चीड नाही येत तुला माझी? राग नाही येत?

अनू : आता एक विनंती. नव्हे अट. यानंतर पुन्हा पश्चात्तापाचा, तक्रारीचा, अन्यायाचा सूर ऐकू येता कामा नये मला तुमच्या तोंडून. तुमचं असमाधान, रुखरुख, असंतोष पुन्हा माझ्यासमोर नको. बस्स झाली ती! तुमच्यावर आमच्या बाजूनं केवळ एकच बंधन! आनंदी राहण्याचं, सुखी राहण्याचं!

माधव : अनू मी —

अनू : काही सांगू नका. तोंडदेखलं बोलू नका. हळवं हळवं बोलू नका. कारण ते खोटं असतं. माझा त्यावर आता विश्वास नाही. अजून काही हवं आहे का तुम्हाला माझ्याकडून?

माधव : मला लाजवायचं ठरवलंयस होय तू?

अनू : मानभावी आरोप नकोत. मला काय करायचंय ते स्पष्टपणे कळवलं आहे मी तुम्हाला.

माधव : म्हणजे काय, नोकरी करणार आहेस तू?

अनू : हो. उद्यापासून शोधायला लागणार आहे.

[तो खुर्चीत बसतो. सुन्न.]

सत्काराला तुम्ही जात नाही हे मी सांगते आईला. मीच तसं तुम्हाला

सांगितलंय असं कळवते पी. दत्ताला. तुम्ही वेळ आली तर तसंच सांगा. (जवळ जाऊन चिडचिडून) पुन्हा तुम्ही का दुःखी, का गंभीर? (मग स्वतःला आवरून) तुम्ही मला पूर्वीचे हवे आहात. ऐकलंत? तसे आनंदी, हसरे, गप्पिष्ट अं?

[आतल्या दारावाटे शेखर धडपडत आलेला. बाथरूममध्ये लोळल्याने ओला झालेला. खूप प्यायलेला.]

माधव : (जागचा उठून) शेख! (अनूला नवल वाटलेलं.) यासाठी गेला होतास तू बाथरूममध्ये!

[तो उभा, नीट पाहण्याचा प्रयत्न करत, तोल सावरत.]

नालायक!

[अनू वर निघून जाते.]

शेखर : (प्रयत्नपूर्वक) मला कुठंतरी — (माधव त्याला खाली बसवतो.) भैया... साडेसाती चालल्येय माझी... शनी वक्री आहे. [भैरवीतली ठुमरी घोळवू लागतो, जड निराशेने गडद झालेल्या सुरात.]

माधव : (असह्य होऊन) शेख, पुरे! बस्स झालं! एक सूरसुद्धा नको यापुढे निराशेचा! एक सूरही नको! ही वेळ निराशेची नाही, वेगळी वेळ आहे ही! उमेदीची वेळ आहे ही! आशेची आहे! फार मोठ्या निर्धाराची गरज आहे या वेळी! तुझा महादू नव्या मुशाफरीला निघाला आहे! पुन्हा! सर्वस्व पणाला लावून, मिळालेलं सारं झुगारून! स्वप्न जगण्यासाठी, स्वप्न. जगेन तर स्वप्न जगेन, नाही तर येईन तुझ्या संगतीत! तुझ्याचसारखा. [स्तब्ध होतो. पुन्हा उसळून] पण काय म्हणून येईन? काय म्हणून घडेल असंच? काय म्हणून मिळेल अपयश? नाही मिळणार. या खेपेला चूक घडणार नाही, फसवणूक होणार नाही. प्राण गेला तरी बेहत्तर. पण स्वप्न सोडणार नाही. दिशा नाही हुकू देणार. मी पोचेन माझ्या स्वप्नातल्या गावाला. तेव्हा परत न्यायला येईन तुला आणि म्हणेन — म्हणेन की बघ, निराशेचं काही कारण नाही. रडण्याची काही गरज नाही. मी पोचलो माझ्या स्वप्नातल्या गावाला! मी जिंकलो! तूही चल माझ्याबरोबर. नाही तर — नाही तर राहा तू खुशाल तुझ्या खातेऱ्यात असाच लोळत! मी नाही येणार! नाही येणार मी. नाही खचणार! [पाहता पाहता खचतो. घामाघूम होतो. आणि मग विचित्र वाटणाऱ्या सुरात] मी — मी जाणार सत्काराला! मी करणार सिनेमात कामं! नाचणार!

घसरून पडणार! विटंबना करून घेणार स्वतःची! पैसा हवा ना! आणि मग — आणि मग एक प्रचंड प्रमाणावर नाटक कंपनी काढीन मी. भरपूर भांडवल. झाडून सारे उत्तम नट. भरपूर पगारावरचे. चांगली चांगली अस्सल कलात्मक नाटकं! पैसे टाकून मुद्दाम लिहवून घेतलेली! झालंच तर सिनेमासारखी टोलेजंग जाहिरात, मालकीचं थिएटर, रोज तीन खेळ! प्रत्येक प्रयोग हा नवा प्रयोग! मूर्तिमंत वैभव उभं राहिलं पाहिजे प्रेक्षकांच्या समोर! दिपले पाहिजेत सगळे! म्हटलं पाहिजे, असा खेळ झाला नाही, होणारही नाही! कलेतलं महान स्वप्न! ते साकार होईल मग! माझं उद्दिष्ट अखेर गाठलेलं असेन मी! म्हणून सत्काराला जाणार आहे मी! सर्वांचा डाव हाणून पाडण्यासाठी गेलंच पाहिजे मला! कपडे बदलायला हवेत! कपडे बदलायला हवेत... विनोदी दिसायला हवं... [आत जातो. कसाबसा घोगऱ्या आवाजात मोठ्यांदा हाकारत] अनू, कपडे काढ माझे. अनू, कपडे हवेत मला!

[रंगमंचावर निपचीत शेखर. जिन्याकडून अनू लगबगीने आत येते. तिच्याबरोबर अक्का, जिन्यापासच्या खिडकीशीच उभ्या.]

अक्का : (हर्षाने उचंबळत) जिंकलीस ग पोरी!

अनू : (दुःखभराने) नाही, आई. हरले आहे. आपण सारेच हरलो आहोत. आई, हरणार आहोत.

[पडदा]

* 9 7 8 8 1 7 1 8 5 6 0 4 6 *
FCW - #0198 - 061026 - C0 - 216/140/7 - PB - 9788171856046 - Matt Lamination